चिरेबंदी कळा

डॉ. शारदा देशमुख

साकेत ®
प्रकाशन

चिरेबंदी कळा
कथासंग्रह
डॉ. शारदा देशमुख

प्रकाशन क्रमांक - १८००
पहिली आवृत्ती - २०१६

प्रकाशक
साकेत बाबा भांड
साकेत प्रकाशन प्रा. लि.
११५, म. गांधीनगर, स्टेशन रोड
औरंगाबाद - ४३१ ००५
फोन - (०२४०)२३३२६९२/९५
www.saketpublication.com
info@saketpublication.com

पुणे कार्यालय
साकेत प्रकाशन प्रा. लि.
ऑफिस नं. ०२, 'ए' विंग
पहिला मजला, धनलक्ष्मी कॉम्प्लेक्स
३७३ शनिवार पेठ
कन्या शाळेसमोर, कागद गल्ली
पुणे - ४११ ०३०
फोन - (०२०) २४४३६६९२

Chirebandi Kala
Short Stories
Dr. Sharda Deshmukh

© सर्व हक्क सुरक्षित, २०१६

डॉ. शारदा देशमुख
प्लॉट नं. ४२,
मुकुंद हाऊसिंग सोसायटी
महाजन कॉलनी, एन-2 सिडको,
औरंगाबाद
मो. - ९०११०४६६५१

अक्षरजुळणी : धारा प्रिंटर्स प्रा.लि.
मुखपृष्ठ : राहुल शिंदे

मुद्रक :
प्रिंटवेल इंटरनॅशनल प्रा. लि.
जी-१२, चिकलठाणा, औरंगाबाद

ISBN-978-93-5220-099-3

किंमत : १५० रुपये

ती.स्व. आई
तुझ्यातील कथन कौशल्यास ...
आणि
ती. विजू दादास ...
प्रत्येक राखीपौर्णिमेस तुम्ही त्याकाळी प्रयत्नपूर्वक ओवाळणीत घातलेल्या
प्रत्येक वही/पुस्तकाचा माझ्या जडणघडणीत महत्त्वाचा वाटा आहे म्हणून ...

अनुक्रमणिका

अस्तित्व

मंगलाष्टकं संपली, आंतरपाट बाजूला झाला; पण नवरदेवाच्या गळ्यात माळ टाकायचं भान नसलेली पार्वती सुन्न उभी होती. मामानं दंडाला स्पर्शून खुणावलं; पण तरीही तिला काहीच जाणवलं नाही. ती हातातल्या हाराकडे पाहत निश्चल उभी होती. क्षण दोन क्षण... तीन क्षण... प्रत्येक क्षण मोठा होणारा... नवरदेवाच्या चेहऱ्यावर तीव्र नापसंती पसरली होती. दातावर दात दाबून तो संताप गिळण्याचा प्रयत्न करीत होता. मागे उभ्या असलेल्या मामानं पार्वतीला गदागदा हलवून भानावर आणलं. ती दचकून नवरदेवाकडे पाहू लागली. घाईघाईनं वरमाला त्याच्या गळ्यात टाकताना तिची धांदल उडाली. तिच्या गळ्यात पडलेला हार जयवंतरावानं रागानं फेकला होता. पुष्पगुच्छ जवळजवळ हिसकावूनच तो ताठ उभा राहिला. पार्वती विलक्षण घाबरली होती. अशी कशी चूक केली तिनं. आता सफाई तरी काय द्यावी? नवऱ्यानं दिलेला हातातला पुष्पगुच्छही आताच गळून पडावा? ती आणखी घाबरली. एकापाठोपाठ चुका होत होत्या. हातातला गुच्छ जमिनीवर पडला, तेव्हा तिनं नकळत आणखीच घाबरून जयवंतरावांकडे पाहिलं. त्याचा चेहरा प्रचंड संतापलेला दिसत होता. ती हळूच पुष्पगुच्छ घेण्यासाठी वाकली, तेव्हा जयवंतरावानं त्या पुष्पगुच्छावर बुटाचा पाय दाबून ठेवला. तिने वाकून वर पाहिलं, नाकपुड्या फुगवून जयवंतराव

आपला पाय त्या पुष्पगुच्छावर शक्तीनिशी रगडत होते. तिच्या काळजात जोरजोरात धडधडू लागलं. ती उठून उभी राहिली. भोवळ येऊन ती डोळे गच्च मिटून खाली कोसळली. 'नवरीला चक्कर आली... अरे पाणी आणा... हवा सोडा... सरका..! असा गोंधळ सुरू झाला. कुणीतरी तिला उठवून खुर्चीत बसवलं... कुणीतरी चटकन सरबत दिलं. तिचे हुंदके दाटत होते; मात्र डोळ्यातून टिपूसही गळत नव्हते. खूप मोठ्यानं रडावं असं तिला वाटत होतं. कशीतरी सप्तपदी उरकली, अजूनही नीट उभं राहता येईना. थरथरणारी तनू, कोरडे पडणारे ओठ, तिला काय करावे कळेना. ती नवरा-नवरीच्या लाल खुर्च्यांकडे चालत गेली. शेल्यास मारलेली त्याच्या रुमालाची गाठ थोडी ओढली गेली. तो मागून येत असल्याचं गृहीत धरून ती खुर्चीत बसली. डोकं गरगरत होतं. कोण काय बोलत होतं, ते तिला कळत नव्हतं. पुसटसं जाणवलं की, गाठ बांधलेला रुमाल तिच्या शेल्यासोबत सरपटत तिच्या मागे आला होता. जयवंतरावांनी तो अलगद खांद्यावरून काढून टाकला होता. नंतर मात्र जयवंतराव पाहुण्यांच्या खाण्या-पिण्याकडे लक्ष देऊ लागले. शेजारच्या रिकाम्या खुर्चीकडे पाहून तिचे डोळे अव्याहत गळू लागले. त्यांना थाबवणं तिच्या हातात राहिलं नाही. अश्रूबरोबर सारं त्राण आता गळत चाललंय याची स्पष्टं जाणीव होऊन तिनं ओघळणारं गालावरचं पाणी पुसायचं बंद केलं. घडलं ते सारंच चुकलं होतं. लग्नाआधी आणि नंतरही... काही बरोबर करायच्या धडपडीत सारं आणखीच चुकत गेलं...

आई वारली तेव्हा नऊ वर्षांची होती पार्वती. मधल्या मामानं आईच्या तेरवीतून आपल्या घरी आणलं होतं तिला. धर्मरावांनी, तिच्या वडिलांनी दुसरं लग्न केलं. नवी आई पाहिली; पण पुढे कुठलाच संबंध ठेवला नाही, अण्णानं किंवा नव्या आईनंही. मामा-मामीनं सांभाळलं तिला सर्वसाधारण आश्रितांना सांभाळलं जातं तसं. सिनेमा-परीकथेतल्या सारखं उरफोड दुःख किंवा जीवतोड प्रेम तिला मिळालं नाही. व्हायचं तेव्हा तरुण झाली. आश्रित असल्याची जाणीव असलेली पोरगी असावी तशी समजदार गुणी होती ती. वेळेवर शाळा, घरकाम न चुकता करत होती. परिस्थितीनं जरा लवकर जबाबदार बनवलं तिला. मॅट्रिकपर्यंत शाळा गावातच होती म्हणून शिकता आलं. पुढे मात्र ती घरीच राहिली. मधल्या मामाचं आणि धाकट्या मामाचं अजिबात पटत नव्हतं. परस्परांच्या मरणा-तोरणातही जात नव्हते. त्यामुळे पार्वतीलाही त्यांच्याकडे जाता-येता येत नव्हतं.

मोठे मामा वारलेले. मोठ्या मामी मात्र आपल्या कृश देहानं एकुलत्या एक पोरासाठी दिवस काढत होत्या. गेली दोन-तीन वर्षे मोठ्या मामी क्षयानं आजारी होत्या. बारावी पास झालेला भास्कर शेती व्यवस्थित करीत होता. दोन्ही काकांशी म्हणजेच पार्वतीच्या दोन्ही मामांशी त्याचे सारखेच चांगले संबंध होते. खूप अबोल होता तो. आपलं स्वयंपाकपाणी, धुणी-भांडी उरकून पार्वती मोठ्या मामीकडे जाई. जमेल ते काम करी. कधी ओसरी सारव, कधी भास्करची खोली आवर, दोघांचा स्वयंपाक करून मामीचीही सेवा करीत असे. कुणास ठाऊक का; पण या मामीचं घर तिला स्वतःचं वाटे. तिथे राहत नसूनही त्या घरी तिला 'आश्रित' वाटत नव्हतं. पलंगाची जागा बदलणं, टेबल हलवणं, अशा गोष्टी तिनं मनानं केल्या तरी चालत होत्या, किंबहुना त्यांचं कौतुकच होई. तसं पाहिलं तर पार्वती त्या दोन्ही घरी महत्त्वपूर्ण व्यक्ती बनली होती. तिच्या अनुपस्थितीत ते कळत होतं, कारण ती एक 'उपयुक्त' गोष्ट होती. दोन्ही घरं सुरळीत चालावी यासाठी धडपडणारी. कधीतरी एखाद्या दुपारी तिची वर्गमैत्रीण गंगा तिच्याकडे येत असे. तिच्याशी मात्र मनातलं सारं बोलता येत होतं तिला. गंगा दुपारी दोन्ही माम्या झोपेत असतानाच येई. त्या दोघी माडीच्या व्हरांड्यावजा जागेत बसून गप्पा मारत असत. भास्कर आला की, गंगा घाईनं तिथून निघून जाई. पार्वती तिला दारापर्यंत सोडायला जाई.

✠✠✠

सजवलेल्या गाडीत नवऱ्याशेजारी बसलेली पार्वती मांजरीच्या शिवेत प्रवेशली. तिथल्या वेसकरानं अंडी आणि नारळ गाडीवरून, नवरा-नवरीवरून ओवाळून दोन्ही बाजूंना फेकले. मागे बसलेल्या जयवंतरावांच्या मावसबहिणीनं साडी-चोळी नवरीच्या हातानं वेसकराला दिली. जयवंतरावांनी पन्नासची कोरी करकरीत नोट वेसकराला दिली. गाडी वाड्याच्या अंगणात आली, तेव्हा रात्र बरीच झाली होती. वाड्याच्या प्रवेशद्वारात त्यांचे औक्षण करून फटाके उडवून शाही स्वागत झाले. जोता चढून ती बैठकीच्या पायरीवर उंबऱ्यात थांबली. भरलेलं माप लवंडताना तिनं पाहिलं; जयवंतराव ढाळजेच्या पायऱ्या चढत होते. वाड्यात जोडीनं शिरलेली पार्वती घरात सडीच प्रवेशली. बहिऱ्या शेवंतीकाकू-सासूबाईनं जयवंतरावाला बोलावलं; पण ते आले नाहीत. "बस आता... खूप झाले सोपस्कार!" असं म्हणत ते ढाळजेत गादीवर लोडाला टेकून बसले. सत्यनारायण, फळशोधन

असे कुठलेच कार्यक्रम झाले नाहीत. आठ-दहा दिवसात मांडवपरतणी झाली. पाहुणे-रावळे निघून गेले. कानानं बहिरी असलेली शेवंतीकाकू-सासूबाई आणि जयवंतराव एवढीच घरातील माणसं. बाकी नोकरमंडळी मांडवपरतणीला मधले मामा पार्वतीला सोडायला आले, तेव्हा त्यांची फारशी दखल घेतली गेली नाही. सकाळी पार्वतीचा निरोपही न घेता ते निघून गेले. सारेच एका अवघड अबोल्यात गुंतून पडले होते. या मोठ्या घरात ती मालकीण होती; पण तिच्याशी कुणी शब्दानंही बोलत नव्हतं. ही अवस्था तर 'आश्रित' असण्याहूनही कठीण-नकोशी होती.

या 'आपल्या' घरी आपण पोरक्याहूनपोरक्या आहोत, याची जीवघेणी जाणीव तिला झाली. मनावर चितारलेलं जन्माच्या साथीदाराचं चित्र चेहरा हरवून बसलं होतं.

चार-सहा महिने उलटले होते तरी सुंब्याचा काहीच निरोप नव्हता. एखाद्या पुजाऱ्यानं हातातलं फूल गाभाऱ्यातल्या पिंडीवर निर्भावतेनं फेकावं... ते पिंडीवर न पडताच निर्माल्याच्या ढिगाऱ्यात पडावं... त्याचं निर्माल्यही होऊ नये... तसं दैवानं उदासपणे फेकलंय आपल्याला. दैवं बलवत्तर असतं तर पिंडीवर तरी पडलं असतं... आपलं हे उदास-बेरंग अस्तित्व... डोळे भरून आले तशी ती उठली. संध्याकाळ झाली होती. दिवेलागण करायची होती. गेल्या सहा महिन्यांत जयवंतरावानंही एक शब्द उच्चारला नव्हता तिच्याजवळ. क्वचित रात्री दाराची आगळ काढायला जर तिला जावं लागलं तर दारूचा भयंकर वास तिला बरंच काही सांगून गेला. एका भयंकर दडपणात आता तिचं दिवस कंठणं चालू होतं. गावात या घराचे फारसे चांगले संबंध नसावेत हे गेल्या सहा महिन्यांत तिला कळून चुकलं होतं. वैभवानं-सौंदर्यानं भरलेल्या या घराला कुठल्याच हसण्याची, बोलण्याची सवय नसावी तसं गंभीर, भीतिदायक वाटत होतं. तिचं कृश होणारं शरीर आता स्पष्ट खंगल्यासारखं वाटत होतं आणि एक दिवस देव पावल्यागत जयवंतरावांनी स्वयंपाकघरात प्रवेश केला. घरात कुणीच नव्हतं. शेवंताकाकू देवासमोर बसून मोठ-मोठ्यानं पोथी वाचत बसल्या होत्या. जयवंतरावांनी तिच्याजवळ उभं राहून म्हटलं, "आज रात्री माडीवर आमच्या खोलीत या. वाट पाहतो आहोत."

"अं?...?"

तिला काहीच कळेना, छातीत धडधडत होतं. वांगी कापणारा चाकू हातातून निसटून पायाजवळ पडला. घाबरून तो उचलण्यासाठी ती वाकली, तिनं वर पाहिलं- जयवंतराव जाण्यासाठी वळलेही होते. जाताना गालात हसले का?..."

दिवसभर तिला काहीच सुचलं नाही. आज काय घडणार? याचा काहीच अंदाज तिला बांधता येईना. सुखाच्या कल्पनेनं मोहरणं आणि दुःखाच्या भीतीनं थिजणं असं तिचं मन दिवसभर हिंदोळत राहिलं.

रात्री तांब्याभांडं घेऊन ती नवपरिणिता(?) थरथरत स्वतःच्या स्पंदनांचा आवाज ऐकत खोलीच्या दारात गेली. पांढऱ्याशुभ्र झब्ब्यात गोरेपान जयवंतराव हाताची घडी घालून उभे होते. ती दारात अडखळली आणि हातातलं तांब्याभांडं दुष्टावा साधत हातून निसटलं. विलक्षण घाबरून तिनं ते उचलण्याचा प्रयत्न केला; पण जयवंतरावांनी तिच्या खांद्याला धरून अलगद पलंगावर बसवलं. तिच्या हृदयाचे ठोके तिला स्पष्ट ऐकू येत होते. तिच्या शेजारी बसत जयवंतरावांनी तिच्या खांद्यावर हात टाकला. ती अंगभर आकसून गेली. ते हळुवार तिची हनुवटी उचलत म्हणाले, "आपण एकट्याच नाही. आम्हीदेखील तळमळतो आहोत. आमच्या बायकोनं हे जीवन जगावं ही आमचीही इच्छा नाही."

तिने प्रश्नार्थक नजरेनं त्यांच्याकडे पाहिलं.

"हे पाहा, या स्त्रीविहीन घरात; बहिरीकाकू आता आलीय.. हं तर या स्त्रीविना घरात आम्हाला आमची, केवळ आमची आमच्यावर जीव ओवाळणारी पत्नी हवी होती! हवी आहे. आज मी काही विचारणार आहे, मला खरी उत्तरं हवी आहेत. जितकी प्रामाणिकपणे बोलशील तितके अधिक ठीक. मी सारी माहिती प्रत्यक्ष मुंब्याला जाऊन काढून आलोय हे न विसरता माझ्याशी खरे बोल." ते तिच्या होकाराची वाट पाहत क्षणभर थांबले. ती अधिकच गोंधळून, घाबरून थरथर कापू लागली. काय होणार याचा काहीच अंदाज येत नव्हता. त्यांनी आपण 'पूर्ण' माहिती काढून आलो आहोत आणि तिची इमानदारी पडताळून पाहतो आहोत हे अधोरेखित केले.

"प्रत्यक्ष स्वतःच्या लग्नात नवऱ्याच्या गळ्यात हार घालणं विसरण्यामागे साधं-सुधं कारण असूच शकत नाही. तेव्हा खरं सांगा आमच्या आधी कोण होतं आयुष्यात तुमच्या? आणि प्रत्यक्ष लग्नाच्या वेळी कुणाच्या स्मृतीत हरवला होतात?" उत्तराची वाट पाहत थोडा वेळ गेला. भीतीनं गाळण उडालेली पार्वती काहीच न सुचून गप्प राहिली.

“काय विचारतोय आम्ही?”

“कुणी अं... कुणी.. नाही.” अडखळत ती म्हणाली.

“आम्हाला खरं उत्तर हवं आहे पार्वती!”

ती आवंढा गिळीत स्वतःला स्थिर करायचा प्रयत्न करीत होती. जयवंतरावांच्या हातातला तिचा कृश दंड आवळला जात होता. आपला संताप नियंत्रित करण्याचा आटोकाट प्रयत्न करीत आवाजावर-श्वासावर त्यांनी नियंत्रण मिळवलं. मग अगदी हलक्या शब्दांत त्यांनी विचारलं, “पार्वती तसंही खरं मला माहीत आहे. तुमच्या तोंडून ऐकलं तर... तुमची कबुली... तुला... मला... आपल्याला सावरायला मदत करू शकते... तेव्हा विश्वासानं सांगा...” मोठ्या कष्टानं तिनं हो म्हटलं. पुन्हा शांततेचा क्षण लांबला.

“खंर सांगताय ना?... कोण होतं मनात तुमच्या?”

“भ... भास्कर.” हे उच्चारताना अपराधाची तीव्र भावना मनात उत्पन्न झाली. आता पायावर पडून माफी मागून मोकळं होऊन जाऊ या निश्चयानं तिनं मनाची तयारी केली आणि ती मनात शब्द जुळवू लागली.

“तुमच्या मामाचा भास्कर?” जयवंतरावांनी विचारलं.

“हं... हो! ”

“किती दिवस चाललं हे प्रकरण?”

“ ....?”

“गोष्टी कुठवर पोहोचल्या होत्या? ”

“अं? नाही... म्हणजे. लग्न करायचं होतं त्याच्याशी... मनात ”

“अस्सं? कधी ठरवलं होतं असं?”

“काय?”

“लग्न?”

“सांगता नाही येत; पण मनात दोन वर्षांपासून तसं वाटत होतं, ” मामी सिरिअस झाल्या तेव्हा काही दिवस त्यांच्याकडे राहायला गेले होते, तेव्हा... पुढे मामीची वाचा बंद व्हायच्या आधी काही वेळ. आधी त्या मला म्हणाल्या, भास्करला... या घराला तुझ्या हवाली करतेय... नंतर त्यांना बोलताच आलं नाही. मग त्या वारल्यावर भास्करनं तसं सुचवलं. माझ्या मनात होतं; पण... मी फक्त गंगाजवळ बोलले तसं. आम्ही प्रत्यक्ष तसं बोलू शकलोच नाही. कुणास

ठाऊक कसं झालं? काय झालं? पण मधल्या मामांनी मला भास्करच्या घरून हाताला धरून ओढीत नेलं. दोन थोबाडीत मारल्या नि म्हटलं. उलटं नातं होत नसतं. खबरदार पुन्हा असं काही मनात आणशील तर! आणि मग दीड-दोन महिने गेले... माझं तुमच्याशी लग्न ठरलं आणि एक दिवस लग्नाच्या आधी... ते घडलं... कसं घडलं सांगता येत नाही. मी... मी टाळायला हवं होतं ते पण... ते घडून गेलं हो... ते नको होतं घडायला..."

ती हुंदके देऊन रडू लागली. जयवंतराव ताठर झाले. पुढे तिला रडू आवरेना. ते ताडकन उठून उभे राहिले. त्यांना तिथं थांबणं अशक्य झालं. ते फक्त स्वतःशी उच्चरत होते. लग्नाच्या आदल्या दिवशी? केवळ एक दिवस आधी?" ते त्याक्षणी बाहेर पडले. ते जीप घेऊन कुठे गेले ते चार दिवस आलेच नाहीत. चौथ्या दिवशी आले ते संध्याकाळी पाचच्या सुमारास. दारू जास्त झाल्यामुळे झिंगत-तोल सांभाळत. पार्वतीचा जीव गोळा झाला. दारात उभ्या असलेल्या पार्वतीच्या दिशेने थुंकत ते जोत्याच्या पायऱ्या चढून वर गेले. पुढे चार-आठ दिवसांनी त्यांनी असं जाणं पिऊन येणं नित्याचंच झालं.

पार्वती एकटी- मुकी- पोरकीच राहिली. एक दिवस मात्र एक नटवी देखणी स्त्रीच घेऊन जयवंतराव वाड्यात आले. आपल्या पदराचं टोक हातात घेऊन पार्वतीकडे पाहत अकारण अंग झुलवीत ती जयवंतरावांमागोमाग माडीवर गेली. किसन ड्रायव्हरनं हळूच कुजबुजत स्वतःशी बोलावं तसं सांगितलं, "वत्सला नगरकरीण. तमासगिरीण है."

स्वतःच्या जीवाला विसरलेली पार्वती चहा करायला स्वयंपाकघरात गेली. चहा ट्रेमध्ये ठेवीत तिनं किसनला हलकेच आवाज दिला. पर्टिणीनं कपड्याचं गाठोडं ओसरीवर ठेवीत तंबाखूचा तोंडातला बोकना सांडू न देण्याचा प्रयत्न करीत सांगितलं.

"किसनाला दारू आणायला पाठवलंय."

पार्वती सुन्न झाली. घरात येऊन बसली. थोड्या वेळानं किसन आत आला. म्हणाला, "वैनीसाब, मालकानं शेंगदाणे तळून द्यायला सांगितलं, " ती निमूटपणे उठली. शेंगदाणे तळून त्यावर तिखट- मीठ भुरभुरून ताटली किसनकडे दिली आणि स्वयंपाकाच्या तयारीला लागली. जेवणेही वरतीच मागवली गेली. पुढे हा नित्यक्रमच झाला. वत्सलेचा मुक्काम वाढतच राहिला. सात-आठ महिने गेले.

वत्सला-पार्वतीत शब्दाचंही संभाषण झालं नाही; पण एके दिवशी पहाटेच चौकात वत्सला उलटी करत होती, त्या आवाजानं पार्वती जागी झाली. ओसरीवर आतल्या बाजूनं झोपलेली पार्वती उठून दरवाजात आली. वत्सलेला भडभडून उलटी झाली. उठून उभी राहत असताना तिला चक्कर आली. तशी ती तुळशी वृंदावनावर रेलून उभी राहिली. डोकं गच्च धरून बसण्याचा प्रयत्न करू लागली. पार्वती घाईनं तिच्याजवळ गेली. तांब्यातलं पाणी तिच्या हातावर ओतलं. तिनं गुळणा केला. तिला बसवून पार्वतीनं पाणी पाजलं अन् आतून अद्रक ठेचून आणून तिच्या तोंडात भरली. "थोडं चघळा बरं वाटेल" असं म्हणून ती तिथंच उभी राहिली. वत्सलेला जरा हुशारी वाटू लागली. ती काहीच न बोलता वर गेली. पार्वतीनं किसनच्या हाती चहा पाठवला. दुपारी केव्हातरी जीप वत्सलेसह निघून गेली. पुढे महिनाभर वत्सला आलीच नाही.

एका दुपारी मात्र जयवंतरावांची जीप दारात उभी राहिली. प्यायलेले, झोकांड्या खाणारे जयवंतराव तिच्या खांद्यावर कसे बसे रेलत वाड्यात आले. पार्वती बाहेर आली नाही. जेवणे वरच पाठवली. जयवंतरावांनी किसनच्या नावाने ओरडायला सुरुवात केल्यावर मग पार्वतीच वर निघाली. दारूच्या अमलात बारा वाजून गेल्याचं भान त्यांना नव्हतं आणि किसन आठ वाजता त्याच्या घरी गेलेला असतो हे उमजायची त्यांची स्थिती नव्हती. झोपाळ्यावर दोन खरकटी ताटे-ग्लास अस्ताव्यस्त होती, ती एकात एक घालून ती उभी राहिली. कितीही निग्रह गेला तरी नजर पलंगाकडे वळलीच. अस्ताव्यस्त पदर वक्षावरून पोटावर स्थिरावला होता. तिचा एक पाय अर्धवट जाग्या जयवंतरावांच्या पायावर... तिला ते दृश्य पाहणं असह्य झालं. तिनं तिच्याही नकळत वत्सलेच्या चेहऱ्याकडे पाहिलं आणि ती दचकली. ती स्त्री वत्सला नव्हतीच. कुणास ठाऊक का, पण तिचं मन पहिल्यांदा वत्सलेला पाहिलं तेव्हा दुखावलं होतं त्याहून जास्त दुखावलं. तिला मग रात्रभर झोप आली नाही. मन सारखं, ठसठसत होतं. सुंबा, भास्कर, मामी सारे डोळ्यांपुढून तरळत राहिले. शरीर गदगदत राहिलं.

पुढे कितीतरी दिवस वत्सलेचा काहीच पत्ता कळला नाही. एक दिवस संध्याकाळी तुळशीला दिवा लावत असताना पार्वतीला हाक ऐकू आली,"

"बाई, मालक हायेत?" पार्वतीनं दचकून दाराकडे पाहिलं, वत्सला दारात उभी होती. पार रया गेलेली, केस अस्ताव्यस्त. पोट वाढलेलं. गाल बसलेले.

कुठल्याच रंगरंगोटीचा लेश नाही. काय करावं ते न सुचून ती उगीच उभी राहिली.

"बाई, मालक हायेत?"

"न... नाही, चार दिवस झालेत आलेच नाहीत,"

"कवा येणार हायीत?"

"......"

"मी आत येऊ?"

"पार्वती गडबडली, काय म्हणावं? येऊ द्यावं की नाही? विलक्षण गोंधळलेल्या पार्वतीच्या हातातली तेलाची बुधली अन् कुंकवाची कोयरी फरसावर आदळली. घाबरतच ती वाकू लागली. तोवर वत्सला आत येऊन घाईनं बोटाच्या पेरानं फरसावरचं कुंकू कोयरीत भरू लागली. कोयरी भरून तिनं ती पार्वतीच्या हाती दिली. पार्वती काहीच न बोलता चौकातून ओसरीवर चढून आत गेली. वत्सला पायरीवर बसून होती. स्वयंपाकघरातून ती दिसत होती. पार्वतीला कळेना नक्की काय करावे. तिनं शेवटी चहा करून तो चौकात वत्सलेला दिला. ती निमूटपणे तो प्यायली. पार्वती जायला वळली, तेव्हा वत्सला म्हणाली,

" बाई, आठवा म्हैना लागलाय कुठं जाऊ? मालकासोबत सारं सोडून आलते. आता पोट पाडल्याबिगर मालक यिऊ देत न्हाईत. अन् फडावाले तं मारायला उठतेत."

हुंदका अनावर होऊन वत्सलेनं पदर डोळ्याला लावला. पार्वती कळवळली. अवसान गोळा करीत म्हणाली,

"आज..., उद्या..., परवा कधीतरी मालक येतील. त्यांनाच विचार काय ते."

"पण मग तवर हितं -हाऊ मी?"

"........."

"जीव हलका झालाय. कदरून म्हणलं टाका पाडून पोर... तर डाकटर म्हणले आता उशीर झालाय..."

"आधी का नाही म्हणालीस? "

"चूक झाली. मालकाचं पोर... वाडा... आन् मालकाची प्यारी मी. पोरामुळं कायमची वाड्याची व्हईन वाटलं. जीव जडलेल्या बाप्याच्या पोराची आई होणं आविष्याचं सपन झाल्तं. मालकानं तालुक्याला नेलं. दवाखान्यातून रडून-रडून

नाई म्हणत भायेर पडले. जिपीजवळ उभी राहिले. मालकानं दोन-तीन दणके हाणले. जीव कावून गेला; पण नाई वाटलं रिकामं व्हावं असं. मालक निघून गेले. फडावर गेले. तिथं दोन-तीन आठवडे खाऊ- पिऊ घातलं. सुंदरा मावशीनं समजूत घातली. रिकामी कर म्हणली खोळ... पण..."

तिला अश्रू आवरेनात. "मालकाचं पोर मालकावाणीच आसंन... माझी हिंमत व्हईना. मालकाची निशानी वाढवायचीचं म्हणल्यावर मावशीनं बी जायला सांगितलं. जीपला दोनदा आडवी झाले, तरीबी थांबीवली नाई मालकानं. त्यांचं पोर रांडेचं पोर म्हणून नगं त्यानला. बळीरामावाणी गर्भ तुमच्या कुशीत ठेवता आला असता तर... केलं असतं तसं पर..."

तिनं पदराचा बोळा तोंडात कोंबला नि उभी गदगदू लागली. पार्वतीनंही भरलेले डोळे वाहू दिले. मग म्हणाली, "जा. वरती मालक आल्यावर बगता येईल. तोवर आराम करा." वत्सला पडत्या फळाची आज्ञा घेऊन माडीवर वळली. पार्वती किती तरी वेळ चौकातच उभी होती. किसन वाड्यावर आला. त्याच्या चाहुलीनं ती भानावर आली. तिनं किसनला विचारलं,

"किसन, सुंब्याला निरोप देता येईल मामांना?

"काय? नाई बा. आमाला परवानगी नाई तिथं जायला. तिथल्या कुणाशी बोलायला."

"?"

"व्हय. मामाला माज्यासमोर मालकानं सांगितलं. पोर जिती ऱ्हाऊ द्यायची आसंन तर ती मेली आसं समजा. कसलाच संबंध चालायचा नाई, आमच्या संगं."

पार्वती पिळवटून निघाली. हुंदक्याखेरीज काही हाती नव्हतं. स्वयंपाक करून शेवंतीकाकूंना वाढून तिनं वत्सलेचं ताट माडीवर नेलं. वत्सला डोळे गाळीत बसली होती. भुकेजली होती. तेरा कोस पायी चालत आली होती.

उशिरा पहाटे पार्वतीला झोप लागली होती. उजेडता तिला जाग आली ती खराट्याच्या आवाजानं. ती उठून बसली. वत्सला झाडीत होती. काय करावं? तिला झाडू द्यावं का? न सुचून ती गप्प राहिली. पुढे हळूहळू फरशा पुसणं, माडीच्या पायऱ्या पुसणं, ही कामं ती करू लागली. जेवण माडीवरच घेत होती.

एक दिवस ओसरीवर पार्वती शिवलीलामृत वाचत होती. वत्सला येऊन दहा दिवस झाले होते; तरी मालक आले नव्हते, कुठे गेलेत ते किसनलाही माहीत

नव्हतं. भास्करचं काय झालं, काहीचं कळत नव्हतं. मन व्याकूळ व्याकूळ झालं. वत्सला ओसरीच्या पायऱ्यावर बसली होती. म्हणाली,

"बाई, येक इच्यारू? आपलं मालक तर चांगले हायेत ना?" पार्वतीनं प्रश्नार्थक नजरेनं तिच्याकडं पाहिलं.

"ती पुन्हा म्हणाली,

"नाई, म्हणजी जीव लावतेत. आपलं म्हणतेत. रस्त्यानं चालले ते हर माणूस सलाम करतो त्यानला. सोभाव वाईट नाई त्यानचा."

"हं! खरंच"

"मग लगीन जमल्यावर तरी तुम्ही का सुदारल्या नाई?"

"म्हणजे?"

"मालक म्हणत्यात लग्न जमल्यावर हळद लागल्यावर तुम्ही... मनं... दुसऱ्या..."

"काय?... हळद लागल्यावर काय?"

"मालक म्हणले का हळद लागल्यावर लग्नाच्या आदल्या दिवशी तुम्ही तुमच्या यारासंग झोपला मनं... असं तुम्हीच सांगितलं मनं त्यानला..."

पार्वतीच्या हातातली शिवलीलामृताची पोथी गळून पडली. ती सुन्न होऊन वत्सलेकडे पाहू लागली. हे कुठलं वळण होतं? सारं जगणं असं विनाकारण का निसटून गेलं आयुष्यातून?

तिनं नवऱ्याशी झालेल्या पहिल्या अगदी पहिल्या अन् कदाचित शेवटच्या संवादात सांगितलं होतं. लग्नाआधी एक दिवस ते घडलं जे घडायला नको होतं. म्हणजे... म्हणजे जयवंतरावांनी काय अर्थ घेतला त्याचा? ते तर म्हणाले होते की, मी सारी माहिती काढून आलो. मग त्यांना माहीत होतं म्हणूनच मी सांगितलं नाही सविस्तर की... लग्नाआधी एक दिवस भास्करनं रोगर घेतलं होतं अन् त्याला तालुक्याला ॲडमिट केलं होतं. वाचेल की नाही, याची डॉक्टरांनाही खात्री नव्हती. त्याचा आत्महत्येचा प्रयत्न ही घडायला नको असलेली घटना त्यांनी... त्यांनी मी भास्करला शरीर देण्याची घटना समजावं? म्हणजे त्यांना काहीच माहीत नव्हतं. मी खरं सांगावं म्हणून अंदाजे फेकलेला खडा होता तो? हे देवा... पार्वती बसल्याजागी कोलमडली. वत्सलानं तिची दातखिळी उघडली; आरडा-ओरड केली. किसन आला. त्यानं गावातल्या नरवणे डॉक्टरांना आणलं, तोवर तिला सणसणून ताप आला होता. वत्सलेनं तिला पलंगावर झोपवलं.

डॉक्टरांनी सांगितल्याप्रमाणं गोळ्या दिल्या. थंड पाण्याच्या पट्ट्या कपाळावर ठेवून त्या ती रात्रभर बदलत राहिली. पहाटे कधीतरी तीही झोपी गेली.

आता वत्सलेनं स्वयंपाक घराचा ताबा घेतला. कुणास ठाऊक; पण पार्वतीच्या मत्सरातही तिला तिच्याबद्दल जिव्हाळा का वाटत होता हे तिलाही कळत नव्हतं. तिच्या मालकीणपणाचा हेवा वाटत होता आणि तिचा मालक आपल्या मुठीत असल्याचा किती गर्व वाटत होता... पण तरीही पार्वती तिच्यासाठी गूढच होती. नवऱ्याला मिळालेली उष्टी पत्रावळ!.. असंच तर सांगत होते मालक.

तीन-चार दिवसांत पार्वती बरी झाली. कुणास ठाऊक कुठला धागा तुटून त्याची विचित्र गुंफण वत्सलेच्या पदराशी झाली. गेल्या वर्षदीड वर्षात कुणीच जिवाभावाचं भेटलं नाही. भास्करचं पुढे काय झालं कळलं नाही. उगाच एक अपराधाची भावना पोखरत राहिली. आयुष्य सोडून गेलं. तिनं तांब्याभर पाणी घटाघटा पिऊन कोरडा पडणारा घसा ओला केला आणि वत्सलेला पलंगावर बसवून घेत म्हणाली,

"वत्सला, गेली पावणेदोन वर्षं मी हा तुरुंग भोगतेय. नियती माझ्याइतकी निष्ठुर कुणाशीच नसेल झाली... तू मला एक मदत कर, सुंब्याला कधी गेलीस तर भास्कर वाचला की..." तिला पुढे उच्चारावेसे वाटेना. त्याचा मृत्यू ही कल्पनाच तिला करवेना. त्याच्या आत्महत्येचं कारण ती होती. तो कसा असेल? की नसेल? या विचारासरशी शहारून म्लान झाली. अश्रू ओघळत राहिले. वत्सलेनं तिचे डोळे पुसले. म्हणाली,

" बाई, मला सांगा काय झालं ते. तुमचा भास्कर कोण है, कुठं है? "

पार्वती सांगू लागली... आठवू लागली...

***

मामी सिरिअस झाल्या होत्या. वाचा बंद व्हायच्या आधी त्या शेवटच्या म्हणल्या, " पारू हे घर... भास्कर... तुझ्या हवाली करते बरं... " नंतर दोन दिवस मृत्यूशी झगडत राहिल्या. भास्करची घालमेल होत होती. अश्रू वा शब्द काहीच त्याच्यातून बाहेर पडत नव्हते. पहाटे मामी गेल्याची जाणीव होताच " आई... " अशी आर्त किंकाळी फोडून त्यानं स्वतःचं डोकं भिंतीवर झोकून दिलं. पेंगुळल्या मला जाग आली. मामीचा चेहरा भयानक दिसत होता. भास्करनं त्यांचं मांडीवरचं डोकं खाली उशीवर ठेवलं. बाहेर दारात जाऊन त्यानं मधल्या

मामांना आवाज दिला. एकेकजण येत राहिलं, सारी ओसरी भरून गेली. बायका माणसांनी माझं आतडं तुटत होतं, आई गेली तेव्हा कळत नव्हतं; पण मामी गेल्या तेव्हा मृत्यूची भयाण निष्ठुरता समजली. पोटात गोळा उठत होता. रिकामं... रितं... विचित्र वाटत होतं.

सारे पाहुणे गेले. पुन्हा नित्यक्रम सुरू झाले. एकदा गंगा आली होती. आता त्या दोघी मामीच्या खोलीतच गप्पा मारत होत्या. गंगाचं लग्न जमलं होतं. जिवाभावाची गंगा लग्न होऊन गेली की, एकटी होईन या भीतीनं मन थरकापलं होतं. माझा नवरा अद्याप बिनचेहऱ्याचा होता. गंगा म्हणाली, " पारू भास्करशी का करून देत नाहीत गं तुझं लग्न? किती चांगलाय तो! "

माझ्या सर्वांगावर मोरपीस फिरलं. मनातल्या नवऱ्याच्या प्रतिमेचा चेहरा स्पष्ट झाला. मी तिला मामी वाचा जाण्याआधी काय म्हणाल्या होत्या ते सांगितलं. ती म्हणाली,

" किती छान! तू भास्करला बोललीस? "

" नाही... पण त्यालाही मी आवडायला हवी ना? "

" काय झालं न आवडायला? "

" पण... पण आमच्याकडे मुलगी आत्याघरी सून देतात. मामाघरी नाही ग! "

काय होत नाही. माझा नवरा तर माझा चुलत मामेभाऊच आहे. "

" हे तुमच्यात चालतं. आमच्यात कुणास ठाऊक; पण यापेक्षाही भास्करच्या मनात काय आहे, कुणास ठाऊक? "

गंगानं कोपरानं डिवचत तिला डोळे मिचकावून म्हटलं,

" तुझ्या मनात काय आहे? तुला तर आवडतोना तो? "

" मी..! ...हो... अ. खरंच छान स्वभाव आहे त्याचा! "

पुढे रोज हा विषय चवीनं चघळला जाई. दिवसा मी मोठ्या मामीकडे, म्हणजे भास्करच्या घरी राहत होते- स्वयंपाकपाण्यासाठी. संध्याकाळी मात्र मधल्या मामीकडे असे. त्या दिवशी दसरा होता. मी भास्करचा स्वयंपाक करण्यासाठी मोठ्य मामाच्या घरी गेले. माठाच्या झाकणावर पिवळीधम्मक शेवंतीचा वेणी ठेवलेली होती. पाणी घेताना मी ती हातात घेतली. मलाच आणली असावी अशी खात्री होती; पण कशी घ्यावी... मी ती परत ठेवून स्वयंपाक आवरला.

मधल्या मामींनी पुरण टाकलं होतं. लवकरच यायला सांगितलं होतं म्हणून जरा घाईनंच आवरून मी निघाले. भास्कर ‘ ताट वाढलं ’ म्हटलं की ‘ हं ’ म्हणून जेवायचा. कपडे धुवायचे का विचारलं तर नाही म्हणत होता. स्वतःच धुवत होता. माझ्याशी असं कधीच बोलत नव्हता. मामी गेल्यापासून तर मामींना मध्ये घालूनही बोलता येत नव्हतं, त्याचं मन मला कळतच नव्हतं; पण तो मला आवडत होता. माझा वाटत होता. मी देवाची पूजा केली नि घाईनं निघाले. माजघरात भास्कर बसलेला होता. ते मला माहितीच नव्हतं. मी ‘ येते ’ म्हणत बाहेर पडले. त्यानं आवाज दिला, “ पार्वती, गजरा नाही घेतलास? ”

“ मी? ”

“ होय. तुझ्यासाठीच आणलाय. पाहिला नाहीस? ”

मला मोहरायला लाजायला झालं. मी खाली मान घालून उभी राहिले.

“ थांब. मी आणतो. ” म्हणत तो आत गेला, त्यानं तो गजरा माझ्या हातात दिला. मला आनंद लपवता येत नव्हता. तोही हसला, मी खाली मान घालून बाहेर पडले. अंगण ओलांडून आठ-दहा पावलं गेलं की, मधल्या मामाचं घर आहे. त्यांच्या पायऱ्यावर उभी राहून भास्करच्या घराकडे वळून पाहिलं. तो दारात उभा राहून मलाच पाहत होता. मग मी स्वयंपाकाला गेले की, बऱ्याचदा तो घरी थांबत होता. चुकून नजरानजर झाली की, न पाहिलंसं करीत होता. अबोल का होईना त्याचं आसपास असणं सुखद वाटत होतं. प्रत्येक गोष्ट मी गंगाला सांगत होते. गंगा मला भास्करवरून खूप चिडवत होती. सुखवत होती. तिचं लग्नं झालं. तिला वाटे लावून मी घरी आले. सारखं रडायला येत होतं. भास्कर मधल्या मामाच्या घरी पलंगावर बसला होता. मला रडलेली पाहून अस्वस्थ झाला, चोरटेपणानं पाहत होता. नंतर निघून गेला. गंगा गेल्यानंतर खरंच खूप एकटं वाटत होतं.

दुसऱ्या दिवशी भास्कर शेतावरून परतला होता, तेव्हा माझ्याकडे न पाहताच म्हणाला, “ फार रडलीस? मैत्रीण गेली म्हणून? ” कुणास ठाऊक; पण त्यावेळीही माझे डोळे भरून आले. तो कावराबावरा झाला. थोडावेळ शांततेत गेला. मग चुळबुळत म्हणाला,

“ आज इथंच जेवतेस?... माझ्या सोबत? ”

मला आश्चर्य वाटलं. मी भिऊन-सुखावून म्हटलं ' नको मामी काय म्हणतील? " आणि निघाले. तो परत काही तरी म्हणून मला थांबवेल असं वाटलं; पण तो काही बोललाच नाही. मनात खोलवर वाटत होतं की, मी त्याला आवडते; पण स्पष्ट अशी काहीच खूण दिसत नव्हती. माझा संभ्रम तसाच होता. 'होय' आणि 'नाही' या हिंदोळ्यावर! का इतका अबोल होता तो? केवळ 'गजरा' देणं किंवा सोबत जेवण्याची इच्छा दाखवणं या गोष्टी त्याच्या मनातलं प्रेम व्यक्त करण्यासाठी पुरेशा होत्या का? काही महिने गेले. मधल्या मामीच्या नात्यातून 'हे' स्थळ आलं. बिजवर होतं म्हणून मला अनाथ, गरीब, मामाची आश्रित असूनही पत्करायला, केवळ फोटो पाहून होकार आला. काहीच कल्पना नसताना पाहुणे पाहायला आले. माझी विचित्र घालमेल होत होती. काय चाललंय, कसं थांबवावं? काहीच कळत नव्हतं. भास्करच्या मनातही काय चाललंय याची कल्पना येत नव्हती. गेले आठ दिवस तो कुठलं बियाणं आणण्यासाठी गुजरातेत गेला होता. तो आल्याचं कळताच मी त्याच्याकडे गेले. अडखळत विचारलं; मांजरीबद्दल काही कळालं? "

" होय..! " त्याच्या चेहऱ्यावर गंभीर गोंधळ होता; पण त्याच्या मनात नक्की काय चाललंय ते कळेना. कसं विचारावं! बराच वेळ वाट पाहून मी दिवे लावले आणि खूप दुखावून बाहेर पडले.

गेले तीन दिवस भास्कर शेतावर गेला नव्हता. घरातून बाहेरच पडला नव्हता. जेवणही तसंच दिसत होतं, मी विचित्र जीवघेण्या संभ्रमात होते. तो वहीत सारखं काही तरी लिहीत होता, खोडत होता, कागद फाडून गोळा बनवून फेकत होता. मी तिकडे लक्ष नाही असे दाखवून बाहेर पडले. चालताना कागदाचा एक गोळा घेतला तो उलगडला. त्यात ओळी होत्या...

" चांदण्यात वणवा
जिव्हारी आग माझ्या,
भादव्यात झळा श्रावणाच्या
प्राक्तनी भोग माझ्या!...

डोळे गच्च भरून आले. जीव तुटून तुटून गेला. काय म्हणू भास्कर? मधल्या मामाच्या घरी आले. मामी खुशीत होत्या. ' मोठा सोयरा आहे. जबाबदारी संपली. शिवाय मोठ्या सोयऱ्याशी नातंही झालं, दुसरपरण्या आहे म्हणून हिंमत

केली, नसता आपला काय लाग एवढ्या मोठ्या घरी? माझ्या अंगावर कुणीतरी उकळतं पाणी ओततंय असं झालं, दुसऱ्या दिवशी मी भास्करच्या घरी गेले तो घरी नव्हता. काय झालं बाहेर माहीत नाही; पण मधले मामा आले. त्यांनी ताड् ताड् थोबाडीत मारल्या आणि म्हटलं असं उलटं नातं होत नसतं. खबरदार पुन्हा इथं आलीस तर लग्न होईस्तोवर इथं पाय टाकलास तर याद राख. " त्यांनी ओढीतच मला घरी नेलं. मामाला भास्कर बोलला असावा का? काय बोलला असावा काही कळत नव्हतं. हळद लागली. दुसऱ्या दिवशी तालुक्याच्या गावी मंगल कार्यालयात लग्नाचं वऱ्हाड निघणार होतं. माझी पेटी भरून झाली. बस आली आणि एवढ्यात गंगा धावत आली, मला बाजूला घेऊन म्हणाली, " पारू, भास्करनं विष घेतलंय, तो दवाखान्यात आहे, जगतो की मरतो माहीत नाही. हे घडलं लग्नाच्या आधी एक दिवस.

हे सांगताना तिचे हुंदके अनावर झाले. ती उन्मळून रडू लागली. वत्सलेनं डोळे पुशीत तिला बसतं करीत स्फुंदत मिठीत घेतले. तीही मोकलून रडत होती. अंधार पडला, तरी दिवेलागण नाही म्हणून शेवंताकाकू ओरडत होती. वत्सलेनं दिवे लावले. शेवयाचा भात करून पार्वतीला खाऊ घातला.

रात्री उशिरा थकल्या पार्वतीला ती म्हणाली, " झोपा शांत बाई, मालक मणले ते सारं चुकीचं व्हतं. दैवगती दुसरं काय नाही. मी मालकाला सांगते सारं, यवस्थीशीर."

पहाट झाली तरी तिला झोप लागली नाही. काय दुःख होतं नक्की? भास्करचं जीवित?, आईचा मृत्यू? की स्वतःच्या संसाराची विराणी? आज डोळे गळतायेत नुसते. पोटात गोळा उठत नाही, भीती वाटत नाही की, खंत वाटत नाही. कुठली आशाही वाटत नाही. मग हे अविरत अश्रू का नाहीत थांबत? तिला कळेना असं काय मागितलं होतं तिनं देवाकडून? आपल्याला काही हवं आहे, असा अट्टाहास करायची परवानगीच तिच्या मनाला नव्हती. म्हणून हे नाही; ते नाही याचं दुःखच काय; विचारही केला नाही तिनं फारसा.

आपलं अस्तित्व परपोषी अमरवेलीसारखं आहे. हे तिनं बहुधा फार पूर्वीच स्वीकारलं होतं. त्यामुळे आपली कुणाला अडचण होऊ नये यासाठी ती निच्याही नकळत फार दक्ष राहिली होती आणि म्हणूनच काही मागणी करायची, तीव्र इच्छा करायची परवानगीच तिनं दिली नव्हती. स्वतःच्या मनाला आणि तरीही

इतकं सारं पदरात टाकलं दैवानं. काय स्वीकारावं आणि काय त्यागावं हाही प्रश्न तिला पडला नाही. आज उठावं, नित्यक्रम उरकावा असं वाटेनाच, ती पडून राहिली कोऱ्या मनानं. ऊन पडलं होतं. बळं बळं उठवून तिला चहा पाजला. पोटात खदबदत होतं. उलटी होईल की काय वाटत होतं. डोकंही भयंकर दुखत होतं. वत्सला तयार होऊन वर आली. तिला म्हणाली, "आता मालकाला शोधून आणते मी. मला ठाऊक है कुठं-कुठं जातेत ते. आपून करू यवस्थित सारं."

पार्वती काहीच बोलली नाही. वत्सला पायऱ्या उतरून गेली. पार्वती कूस वळवून निजून राहिली. इतक्यात धापा टाकीत वत्सला पुन्हा वर आली. घाबऱ्याघाबऱ्या म्हणाली,

" बाई खाली पोलीस आलेत. तुम्हाला भेटायचं म्हणतेत. "

पार्वतीला काहीच बोध होईना. तर्क-वितर्क करायला वेळ न देताच ती चटकन खाली आली. पोलीस चौकापलीकडे ढाळजेच्या पायरीजवळ उभे होते. एकाने पार्वतीकडे पाहत म्हटलं,

" जयवंतरावांच्या घरवाली तुम्हीच का? "

" होय. का? "

" तुमाला आमच्या बराबर यावं लागंन. बॉडी वळखायचीय. "

" कुणाची? काय झालं? " असं विचारीत तिनं वत्सलेचा हात घट्ट धरून ठेवला. दोघीही धास्तावल्या होत्या.

" दारूच्या नशेत जीप झाडावर घातली. डोक्याला मार लागलाय. ते हास्पिटलात हैत. ते जयवंतरावच हैत का त्ये वळकायचंय."

" ....?.... "

" कोणाला सोबत घ्यायचं आसंन तर घ्या." पार्वती गांगरली. काहीच सुचेना. किसनला नेणं आवश्यक आहे; पण आता त्याला तरी कसं बोलवावं? वाड्याबाहेरची मांजरी तिला माहीतच नव्हती. किसनचं घर कुठं आहे तेही माहीत नाही. ती आता शेवंती काकूला किसनला बोलवा म्हणून खुणावून सांगू लागली. एवढ्यात दिवाणजी नरहरीकाका आले. त्यांना बाहेरच सारं कळालं असावं, त्यांनी पार्वतीला म्हटलं, "तुम्ही चला, किसन मागावून येतोय. मी आहे सोबत. " ती चुपचाप वाड्याच्या बाहेर पडली. वाड्यात प्रवेशल्यानंतर पहिल्यांदा..!

तिच्या मागून जीपमध्ये वत्सलाही चढू लागली. दिवाणजीनं जरबेनं खाली उतरवलं. ते म्हणाले, "तू कुठे निघालीस? मागे हो."

ती दचकून मागे झाली. अगतिकपणे तिनं पार्वतीकडे बघितलं. पार्वतीला शब्दच फुटत नव्हता. जीप निघून गेली.

प्राण नसल्यासारखं ती शरीर ओढत नरहरीकाकाच्या मागे हॉस्पिटलात गेली. पोलिसांनी तिला आतल्या बाजूला मागोमाग यायला खुणावलं. घाबऱ्या लेकरासारखं ती नरहरीकाकांकडे बघू लागली. पोलिसांनी त्यांना तिथंच थांबवलं होतं. खूप प्रयत्नानं स्वतःला ओढत ती मर्च्युरीत पोहोचली. वाऱ्याचा थंडगार झोत अंगावर आला. आता काळीज बंद पडतंय की काय, असं वाटत होतं. पांढरीशुभ्र चादर बाजूला झाली आणि अतिशय भयानक-, विद्रूप-, ओंगळ मुंडकं उघडं पडलं. ती अस्फुट किंचाळली. पोलिसांनी थोडा वेळ जाऊ दिला. धीर गोळा करून पुन्हा तिनं तो ओंगळ चेहरा पाहायचा प्रयत्न केला. कुरळ्या केसांची दाट... थोडी रक्ताळलेली झुल्पं वगळता कुठलीच ओळखीची खूण नव्हती. मग अंगठी, घड्याळ, कपडे-, पाकीट असं काही ओळखून ती बाहेर बाकड्यावर येऊन बसली. तोवर किसनही पोहोचला. नरहरीकाकांनी तिला बसस्टॅण्डवर आणले. दोघांनी तिला बसमध्ये बसवलं. कोणीच कोणाशी बोलत नव्हतं. बस मांजरीला पोहोचली तेव्हा रात्र झाली होती. ती बसमधून उतरली, तेव्हा तिच्या लक्षात आलं आपण पायात चप्पल घातली नव्हती. ते तिघेही वाड्यात आले...

✠✠✠

तेरवीचा कार्यक्रम उरकला. तेव्हा लक्षात आलं सुंब्याचं कुणीच नव्हतं. नरहरीकाकांनीही जयवंतरावांचा शब्द पाळला होता तर...!!

वाडा पुन्हा रिकामा झाला. दुपार ओसरताच वत्सला स्वतःला लपवत पार्वतीच्या खोलीत आली. पोट चांगलंच वाढलेलं दिसत होतं. बाळंतपण जवळ आलं असावं. बोलताना तिला धाप लागत होती. गालफडं बसली होती. डोळे निस्तेज थकल्यासारखे वाटत होते. पार्वतीला म्हणाली, "बाई, निघते मी."

" कुठे जाणार आहेस? "

" दैव नेतंय तिकडं..... "

" कुठं होतीस तेरा-चौदा दिवस? "

" आसंच चावडीत, गुराच्या गोठ्यात, देवळामागं रात्री काढल्या. दिवाणजीनं दोनदा हाकललं. पाय टाकलास तर याद राख म्हणाले. पर, तुमाला भेटल्याबिगर पाय निघेना. "

" आता दिवस भरलेत ना तुझे? कुठे जातेस... थांब इथेच. "

" पर... पर काय म्हणून राहू ? मालक असते तर रखेल तरी होते, पर आता कोण हाय मी? दिवाणजी तर मणले...का...... "

" वत्सला, थांब इथं. तू विकलेली अन् मी दान केलेली. फारसा फरक नाही आपल्यात. तुला-मला विकणारे-दान करणारे आपापल्या जागी मुक्त आहेत. तू आणि मी मालकाच्या दाव्याला बांधून घातलेल्या गायीच... दुसरा मालक वाड्याला देऊन आपणही मुक्त होऊ."

' पर..." वत्सलेला जोरात कळ आली. ती भेळकांडत कोसळली. वेणा वाढल्या होत्या. पार्वतीनं तिला पलंगावर झोपवलं. तिच्या वेणा वाढत होत्या. ती जीवाच्या आकांतानं ओरडत होती. पार्वतानं शेवंताकाकूला ओढतच खोलीत आणलं. पलंगाच्या पायथ्याशी खूप सारं पाणी सांडलं होतं. शेवंताकाकू ओरडली. 'अगं' मुतरंड फुटली तिची... थांब धोंडाई दायनीला बोलावू... म्हणत ती बाहेर पडली. वेडेवाकडे आवाज काढत वत्सला उशीवर मान घुसळत होती. तशाही परिस्थितीत मला जाऊ द्या म्हणून खुणावत होती. पार्वतीनं तिच्या डोक्यावर हात ठेवला. तिला अर्धवट मिठी मारली. " थांब बाई, जरा दम धर गं... " ती कळवळत होती. दोन कळांच्या मधल्या वेळेत ती स्थिर झाली. तिने पार्वतीच्या मानेला घट्ट आवळून मिठी मारली. पोटातून सारा जीव एकवटून म्हणाली.

" आक्का..! "

पार्वती चमकली. 'आक्का' स्वतःशीच पुटपुटत तिने वत्सलेभोवती घट्ट मिठी मारली. तृप्तावून... कुठलंसं बळ घेऊन..!

अवांछित

मालतीनं आपल्या पोटावर हात फिरवून पाहिला. तशी अजून कुठलीच खूण जाणवणार नव्हती. काहीतरी वेगळं अनईझी वाटत होतं म्हणून ती डॉक्टरांकडे गेली. प्रेग्नन्सीबद्दल कळालं, तेव्हा क्षणभर काय रिॲक्शन द्यावी आणि स्वतःची प्रतिक्रियाही काय आहे हे तिला समजत नव्हतं. डॉक्टरांनी तिचं अभिनंदन केलं, तेव्हा थोडं हसून ती गप्प झाली. तेव्हा त्यांनी विचारलं होतं तिला की, हे अपेक्षित नव्हतं का म्हणून. काहीतरी सांगून ती बाहेर पडली. खरं तर तिलाच अजून हा विचार करायचा होता. 'प्रेग्नन्सी' ही एक नैसर्गिक गोष्ट. एका नैसर्गिक गोष्टीचा परिणाम! एका नैसर्गिक प्रेरणेच्या पूर्तीचं सर्जन. वा! काय क्लासिक आणि तात्त्विक शब्द योजतोय आपण. स्वतःलाच हसत पुन्हा ती 'प्रेग्नन्सी' या शब्दाच्या अर्थच्छटांभोवती फिरू लागली.

कादंबरी-सिनेमातल्या नायिकांनी कैऱ्या- लोणच्याच्या फोडी चाटून नवऱ्याला आपल्या प्रणयाला मूर्तरूपानं साकारणारं कुणी येत असल्याचा संकेत देणं आणि मग त्याचं ते सुखावणं. असं काही पाहिलं की, लहानपणी; तसं लहानपणी नाही; तरुणपणी म्हटलं तरी चालेल. तिला वाटायचं की, ही एकच गोष्ट इतका आनंद देणारी असते? आपल्या आयुष्यात अपरिहार्यपणे येणारी ही एक घटना आयुष्य; नव्हे आयुष्ये बदलवणारी सुद्धा ठरू शकते? निदान तिच्या आयुष्यात

तरी या घटनेला एक नकारात्मक मूल्य आहे. होतं. लग्न झालं, नवरा जिवंत असला... म्हणजे नवरा-बायको सामान्यतः राहतात तसे सोबत असले की, 'प्रेग्नन्सी'ची न्यूज ही 'सोहळा' होऊन जाते आणि तीच गोष्ट एखाद्या विधवेची, परित्यक्तेची किंवा अविवाहितेची असेल तर? तर केवढी उलथापालथ होते अख्ख्या समाजात!

तसं पाहिलं तर काय फरक असतो मुळात प्रेग्नन्सीत? त्यामागच्या प्रक्रियेत? ज्या दोन जीवामुळे हे होतं त्याचं सामाजिक-, कौटुंबिक स्थान, मॅरिटल स्टेटस, मॅरिड असणं, नसणं या साऱ्या तर एक्स्टर्नल गोष्टी असतात. निसर्गापासून दूर. निसर्गविरोधीही? पण केवढा फरक होतो? केवढी उलथा पालथ?...

आपण प्रेग्नन्ट आहोत. अरे बापरे! म्हणजे काय झालं? आपल्याला मूल होणार. तिला हे हवं होत का? नको आहे का? खरं तर हा विचारच केला नव्हता तिनं; पण आपण आई होणार आहोत. आपल्याला एक मूल होणार आहे. ही गोष्ट स्वीकारायलाच तिला चार-सहा तास लागले आणि आता आपण आई होणार, म्हणजे माझं स्वतःचं मूल येणार; ही गोष्टं तिला कुठलंसं एक अनामिक समाधान देऊ लागली. तिनं पुन्हा आपल्या पोटावर हात फिरवला- दिसा मासानं वाढणारा हा जीव कसा असेल? मुलगा असेल की मुलगी असेल? माझ्यासारखा? असेल की अभीसारखा? की, एकनाथसारखा की मनोजसारखा? जन्मणाऱ्या जीवाचं असणं त्याच्या जन्मदात्यावर असतं की त्याच्या आईच्या मनात वास्तव्य करणाऱ्या प्रियकरांवर? मग माझं बाळ हे कुणासारखं होईल? अभीसारखं की या इतरांसारखं? अभीची मूक प्रेमभाषा जपणारी-संवादणारी नजर बाळात येईल का मन्याची मिस्कील नजर? की एकनाथची जरब त्याच्या डोळ्यात असेल? खरं, कसं असेल बरं माझं बाळ नक्की? मग अनेक बालमूर्ती तिच्या डोळ्यासमोरून सरकू लागल्या. त्या गुटगुटीत बाळाचे डोळे, ओठ, जावळं ती आसुसून स्पर्शित राहिली कितीतरी वेळ.

अंग जड पडल्यामुळे; खरं तर कालच्या प्रेग्नन्सी कन्फर्मेशनमुळे तिनं आज सुटी घेतली होती. थोडी कॉफी प्यावी वाटत होती; पण उठून बनवावी वाटेना. तिच्या पायात प्रचंड गोळे आले आणि उठून उभं राहण्याचंही त्राण आपल्यात नाही असं वाटून तिनं डोळे मिटून घेतले. झोप येत नव्हती नि उठावंसंही वाटत नव्हतं. विचित्र हुरहुर- काहूर मनात उठलं. कसलं? का? याचं विश्लेषणही

जमेना. पडल्या पडल्याच तिनं टी.व्ही. ऑन केला. कुठलं तरी डोंगराळ भागातलं खेडं, उघड्या नाल्या, नदीकाठी वसलेलं ते छोटंसं गाव... त्याची काहीशी माहिती देणारा कुठल्याशा भाषेतला कार्यक्रम चालला होता. मालतीला मनापासून वाटू लागलं की, अशा एखाद्या खेड्यात जावं, शेतावर, नदीच्या काठावर, गोपळणीच्या चिंचावर..! हे काय? हे डोहाळे लागले की काय? असं का व्हावं? गेल्या नऊ-दहा वर्षांत आपण गोपळणीकडे गेलो नाही की मामाच्या वाड्यावर पाय ठेवला नाही. कुठला संपर्कच राहिला नाही आणि आजवर त्याची खंतही वाटली नाही. मग आज इतक्या वर्षांनी या साऱ्या परिसराची तीव्र आठवण आणि ओढ लागणं हे डोहाळ्याचंच तर लक्षण नाही? पोटातल्या बाळाशी तर या साऱ्या परिसराचा दुरन्वयानंही संबंध नाही. हे सारे डोहाळे बाळाला लागतात की या साऱ्या इच्छा आईच्या असतात? काय असेल ते असो; पण तिला त्या गोपळणीच्या शेताची, नदीची, वाड्याची सारखी तीव्रतेने आठवण येत राहिली. तिला आठवलं... सुगंधामामीचं डोहाळे जेवण!

हिरव्या पातळातली, टम्म पोट फुगलेली गोरीपान सुगंधामामी झोपाळ्यावर बसून ओटी भरून घेत होती. केवढी खूश होती ती त्या दिवशी! नाकात नथ, आंबड्यावर गजरा... किती गोड दिसत होती ती! वाड्यावर लग्न समारंभासारखी वर्दळ झाली होती.

दोन-तीन दिवस झाले आणि काय झालं कुणास ठाऊक. गंगादाईला लगबगीनं बोलावलं होतं. सगळ्यांचे चेहरे चिंताक्रांत वाटत होते. आम्हा मुलांना कुंभारमामाकडे पाठवलं गेलं. उशिरा रात्री घरी गेलो, तेव्हा सारी रडारड सुरू होती. सुगंधामामीचं बाळ होऊन वारलं होतं. तीन दिवासांपूर्वी साजरा झालेला उत्सव आणि त्याची अशी भीषण सांगता! अख्खा वाडा सुतकी कळा पांघरूण उदासला होता. डोहाळेजेवणात नटून मिरवणारी मामी पलंगावर पडून होती. तिचे डोळे भकासले होते.

मालती तेव्हा सात-आठ वर्षांची असेल. मामीचं रडणं पाहून तिही गहिवरली होती. मामीच्या खोलीच्या दारात उभी राहून ती कंदिलाच्या धुसर उजेडात गदगदून रडणाऱ्या मामीला सहानुभावानं पाहत होती. मामीची आईही डोळ्याला पदर लावून रडत होती. मालतीला आपण काहीतरी करावं. मामीला आनंदी करावं, असं काहीतरी वाटत होतं. थोडा वेळ शांततेत गेला आणि एकाएकी

आपले डोळे पदरानं खसाखसा पुसून मामीच्या आईनं मामीच्या दंडाला हलवीत म्हटलं, " गंधा, हे काम वेणीचंच बरं. दोन जीवाची बाई असं साऱ्या वासना ठेवून गेली. तेही असं विष घेऊन. तिला भावजयीचं सुख कसं सहन व्हावं? तिनंच गं तिनंच केलं हे सारं. नाहीतर असं सारं ठीक ठाक असताना अचानक कसं होतंय? आपल्या बुळबुळीला त्रास नको, सारी जायदाद मिळावी... या विचारानंच वेणीनं... हे केलं. याचा इलाज केला पाहिजे. माय बाई, ही वेणी तुझी कूस उजवू द्यायची नाही. ऐक पोरी हे तिचंच काम! "

रडून-रडून श्रांत झालेली मामी तटकन उठून बसली. क्षणभर रडणं विसरून संभ्रमानं आईकडे बघू लागली. काही तरी अर्धवट पटल्यासारखा तिच्या चेहऱ्यावर गोंधळ दिसत होता. तिनं घाबरून तिच्या आईचे दंड पकडले. डोळे विस्फारून ती आईकडे पाहू लागली. हे सारं काय चाललं याचा निटसा नसला तरी काही अर्थबोध मालतीला होत होता. तिच्याही नकळत एका अनामिक भीतीनं ती थरथरली. चौकटीवरची हाताची मूठ घट्ट करीत ती आवाक होऊन क्षणभर त्या दोघींना बघत राहिली. हे जे काय चाललंय ते चांगलं नाही; हे तिला जाणवत होतं. तेव्हा रमाअक्का दहा-अकरा वर्षांची असेल. मालती हळूच तिला हे सांगण्यासाठी गेली. मामीचं बाळ आपल्या आईमुळं गेलं आणि असं मामीची आई म्हणतेय हे कळताच रमाअक्का अनाठायी. अतिरेकी घृणेनं संतापून म्हणाली होती, "ही छिनाल बया मेल्यावरबी पाठ सोडीना आमची." मालतीला कळेना काय होतंय हे सगळं? वेणू! माझी आई! रमाअक्काची आई! खरंच इतकी का वाईट होती? पुढे आयुष्यात अनेकदा या प्रश्नानं तिला अगतिक-कासावीस केलं होतं. 'आई' ही प्रतिमाच तिच्यासाठी एक कोडं बनून गेली होती. आठवी-नववीत जाईपर्यंत तर तिला तिच्या मृत आईचा राग येतो की, ती नाही. याचं वाईट वाटतं तेच कळलं नाही. तिची आई 'वाईट चालीची' होती हे सत्य तिला 'वाईट चालीचा' अर्थ कळण्यापूर्वीच माहीत झालं होतं. आपल्या आयुष्याची परवड झाली, अशा आईमुळे! हेही तिला 'परवड' म्हणजे काय हे समजण्यापूर्वीच इतरांकडून कळालं होतं.

पुन्हा 'प्रेग्नन्सी' सधवेची आणि विधवेची. यातलं अंतर किती मोठं आणि दुःखद होतं? या विचारांनी आणखी अस्वस्थ होऊन तिनं टी.व्ही बंद केला आणि झोपायचा प्रयत्न करू लागली. लॅच उघडल्याचा आवाज आला, तेव्हा

अभी आला आणि तो कॉफी करून देईल या विचारानं स्वतःशी हसली. अभीला आपला आतला आवाज येतो, कळतो की काय, असं तिला नेहमीच वाटतं. तसं अनेकदा तिनं अभीला विचारलंही होतं.

हातातली फळं टेबलावर ठेवून तो तिच्याजवळ येऊन तिच्या मिटल्या डोळ्यांकडे पाहत ती झोपली की जागी आहे, याचा अंदाज घेत राहिला. तिनं डोळे उघडताच हसून म्हणाला, "कॉफी घेशील?" ती हसली. त्याच्या हाताला धरून ओढत आपल्याजवळ बसवून घेतलं. त्याच्या डोळ्यांकडे पाहत; आपल्या बाळाचे डोळे असेच व्हावेत, होतील असे? करडे... भोळे... ती पुन्हा स्वतःशीच हसली. तो न बोलता तिच्या गालावर थोपटत राहिला. बऱ्याच वेळानं म्हणाला, "बरं वाटतंय ना? आता फळं जास्त खात जा." आणि कॉफी करायला निघून गेला.

मालती पडूनच होती. आपण आई बनताना आपली आई इतकी का आठवावी याचं तिला आश्चर्य वाटत होतं. 'आई!' खरं कशी असते आई? तिची आई खूप देखणी होती. उंच, गोरी, तरतरीत नाकाची. नाका- गालावरची त्वचा घट्ट ताणून बसवल्यासारखी- उंच व लांब नाकात बारीक मुक्या घुंगराची मोरनी घालणारी आई तिला आठवत होती. तिचा आवाज मात्र ती विसरली होती. बोलणं काहीच आठवत नव्हतं. रमाअक्काच्या वेण्या बांधून देणारी आई, मालतीचा भांग पाडून देणारी संक्रांतीच्या दिवशी दिवसभर रडणारी आई... फारसं कुणाशी न बोलणारी आई तिला कधी हसताना दिसली नव्हती का? तिचा हसरा चेहरा कधी नजरेपुढे येतच नव्हता. तात्यानं दारू पिऊन आल्यावर मारलेले तिच्या अंगावरचे वळ झाकीत घळघळ अश्रू ढाळणारी आई, दिवसभर कामात बुडालेली आई आणि शेवटी आऊच्या मळ्यात-मळ्यात पाहिली ती... अवाक्षरही न काढता आऊंनी 'उतरा' म्हणताच निमूट डोळे पाझरत खालमानेनं कोपीकडं गेलेली, शेवटची दिसली ती आई... तिच्या त्या शेवटच्या दर्शनानं मनात एक अविरत ठसठसणारी वेदना निर्माण केली होती.

तात्या वारले तेव्हा दोन-तीन महिने मामाच्या गावी गोपळणीला राहायला आले होते काही दिवस. तेव्हाचे ते दिवस ती आठवू लागली. कधी दुखरी जखम खाजवून, घेऊन आनंद घ्यावा तसा आनंद ती हा भूतकाळ आठवून घेऊ लागली. स्वतःला दुखवत- सुखवत राहिली..!

तात्या दारुडा आणि लिव्हर खराब झालेला माणूस. त्यांचं मरण तसं गृहीत होतं. अठ्ठ्याहत्तर साल असेल, त्या काळात टी.बी. होणं ही मरणाची वाटच होती. दारूच्या व्यसनामुळे तसंही तात्याची सहानुभूती वाटत नव्हतीच कुणाला. दारू प्याले की, त्यांचं जनावर होई. खूपदा आई त्यांचा मार खात असे. अक्कालाही कधीकधी मार बसला होता. बऱ्याचदा आईच्या चेहऱ्यावर, हातावर काळ्या-निळ्या माराच्या खुणा असत. झोपेत तिच्या कण्हण्याचा आवाज येई. कधी-कधी अनेकदा रामकाका खिशातून एखादी गोळी काढून देई. मग आईच्या डोळ्यात साठलेलं पाणी गालांवर येई. तिचं असं आवाजाशिवायचं रडणं सवयीचंच झालं होतं. रामकाका आईला गोळी घ्यायला लावून काहीही न बोलता निघून जाई. आई आजीला 'आत्याबाई' म्हणत असे. आजी आईची आत्याही होतीच...

एके दिवशी तात्याचं प्रेत घेऊन आलेली गाडी दारासमोर उभी राहिली. अगदी गळून गेलेली आई कोरडा टाहो फोडत कुणाच्या तरी आधारानं गाडीतून उतरली. तिचा घसा बसला होता. ओरडून रडताना तिचा आवाज निघत नव्हता. पदर डोळ्याला लावून पांढरीफटक पडलेली तिशीतली आई रडत होती. तसे सारेच अश्रू ढाळत होते. रमाअक्का, मालती यांच्यावरचं साऱ्याचंच प्रेम एकाएकी वाढलं होतं. सारे रडत होते म्हणून मालूही रडत होती. कुण्यातरी म्हातारीनं तिला जवळ घेतलं. डोळे पुशीत ती म्हणाली होती, 'माय कसं व्हावं लेकरांचं? वेणीच्या रूपाला तर आग लागली... मालतीला तेव्हाही कळलं नव्हतं की, आग कशी लागते... आईच्या रूपानं मात्र आग लावली होती का?

❊❊❊

तेरवीच्या कार्यक्रमानंतर आऊजी म्हणाले, 'वेणीला, पोरींना जरा गोपळणीला घेऊन जातो. तेव्हा आई, रमाअक्का-मालती सारेच भोकरीवरून गोपळणीला आले. बापाविना पोरी म्हणून ते तीन महिने आजोळी सर्वांनीच त्यांची विशेष काळजी घेतली. मामी आईला स्वतः न्हाऊ घालायची; तेव्हा आई धोंधों रडायची. मालतीनं हे कितीदा तरी पाहिलं होतं. नंतर ते सारे भोकरीला आले. तेव्हाही त्यांच्याकडे सहानुभावानं पाहिलं गेलं. बरेच दिवस, काही महिने बहुधा! खरं तर तात्या गेल्यापासून पोरांना मारपीट होत नव्हती. आईला मार बसत नव्हता. तरी ती सतत का रडते? असा मालतीला प्रश्न पडे.

मालतीला वाटलं आता आपण गोपळणीला गेलो तर काय होईल? आऊजी जाऊन आठ-नऊ वर्षे झाली. तसं पाहिलं तर आऊजी वारल्यावरच खरी परवड झाली होती. मामा सतत धुमसत राहिला. अपमानित झाल्याचं नाक कापल्यागत दुःख गिळीत राहिला. त्याच्याजवळ गेलं की, डोळे मोठे करीत खेकसायचा. त्याला मालती समोरही नको वाटायची. रमाअक्का स्वतःच एकटीएकटी राहायची; फारसं कुणाशी बोलायची नाही. तशी मालती जरा अवखळ होती. मामाला चिकटायचा प्रयत्न करायची. याच मामानं तिला खांद्यावर नेऊन वेशीजवळच्या हॉटेलातून कित्येकदा कौतुकानं खाऊ घेऊन दिला होता आणि आता मात्र स्पर्श तर दूरच; पण या पोरीचं दर्शनही त्याला नकोसं झालं होतं. हे सारं असं का बदललं? साऱ्यांच्या मनातलं प्रेम कुठं गेलं? का झालं हे असं? या प्रश्नाचं उत्तर पुढे ती स्वतःलाच देत होती. "आईनं शेण खाल्लं म्हणून!"

आऊजीचं मायेचं छत्र नाही फाटलं कधी. अगदी आईच्या अशा शेण खाण्यानंही नाही! एकदा नागपंचमीला पैठणच्या बाजारातून आणलेलं सणाचं सामान मुंगाजी गडी गाडीतून आणून घरात ठेवत होता. गुळाची भेली डोक्यावरून आणताना मुंगाजी चौकातून येताना मालतीला म्हणाला होता, "आज मालूबायची मज्जाच है भो! नवी रेबीन, बांगड्या काय, कापडं काय... तुम्हाला असं काय बाय आणलंय अन् आमाला काय नाई." त्यावेळी नागपंचमी मोठं अप्रूप वाटे. खास नवीन लग्नं झालेल्या पोरींना माहेरी आणलं जाई. मेंदी, नख पॉलिश आणि नागपंचमी हे एका उत्सवाचे सलग भाग असावेत असं त्यांचं समीकरणच होतं जणू!

ढाळजेत बसलेले आऊजी बशीतून चहा पीत तेव्हा त्यांच्या काळ्या-पांढऱ्या मिशा चहात बुडत. आऊजी घरात असले म्हणजे सगळेजण जरा हळू कुजबुजतच बोलत असत.

वाड्यात चौकात हौदाशेजारी एक मोठा दगड होता. त्यावर बसूनच घरची पुरुष मंडळी अंघोळी करीत असत. हौदाच्या बाजूला कोपऱ्यात एक भला मोठा बंब होता. तोंडानं 'हरे राम, हरे राम, राम राम हरे हरे' म्हणत आऊजी टॉवेलची दोन्ही टोकं हातात धरून पाठ पुशीत. त्यांच्या बगलेत कसलंसं आवाळू होतं. ते पाहण्यासाठी मालती आवर्जून त्यांच्या अंघोळीच्या वेळी चौकात जोत्यालगत उभी राहात असे. त्या दिवशी मुंगाजीचं चिडवणं चालू असतानाच आऊजींनी मालतीला वर ढाळजेत बोलावून घेतलं, बशीतला चहा 'फुर्र' आवाज करीत ते

पीत होते. चहात बुडणाऱ्या मिशांची गंमत वाटत होती. आऊजींनी बशी खाली ठेवून मालतीला मांडीवर बसवून घेतलं. सदऱ्याच्या खिशातून कचकड्याच्या रंगीत बांगड्यांचं पुडकं आणि रिबीनचे बंडल काढून मालतीच्या हाती देत म्हटलं होतं, "घ्या मालूबाई उद्या पंचमीचा सण तुमचा." प्रेमानं डोक्यावर ते हात फिरवीत होते. मध्येच फिरणारा हात स्थीर झाला. मालतीनं वर पाहिलं. आऊजींची नजर शून्यात पाहत होती. त्यावेळी कळालं नाही... पण आता पंधरा-वीस वर्षांनंतर वाटतं की, कधी काळी आऊजींनी असाच आईसाठी त्यांच्या वेणीसाठी-सणाचा बाजार आणला असेल. असंच तिला जवळ घेतलं असेल आणि त्याच आठवणीत गुंतल्यामुळे डोक्यावर फिरणारा त्यांचा हात क्षणभर स्थिर झाला असेल. थोड्या वेळानं त्यांनी विचार झटकावा तशी मान झटकली होती आणि एक सुस्कारा सोडला होता. सांजवेळच्या अंधारात दिसलं नाही; पण कदाचित त्यांचे त्यावेळी डोळेही पाणावले असतील! गोपळणीची शाळा, तिथल्या बायकांची कधीमधी खटकणारी कुजबुज, मामानं केलेला राग, एका विद्ध नजरेनं आऊजींनी घातलेली मायेची पाखर. खरंच या साऱ्यात आम्हा-पोरींचं मोठं होणं तसं संमिश्र होतं. केवळ आश्रित, तिरस्कृतच राहिलो असं नाही. रमाअक्काचं लग्न झालं. शिक्षण तिला आवडलंच नाही. पोरगी म्हणून कधीच न वागलेली किंवा न राहिलेली रमाअक्का तशी जरा निबरच होती. संसार, नवरा, शेण खाणं याच गोष्टी तिच्या ज्ञानाचा विषय आणि विश्व होत्या. तिच्या देखण्या नाजूक तोंडातून पडणारे, 'छिनाल', 'धगडा', 'रांड' असे शब्द तिने उच्चारू नयेत, असं वाटे. तिचा चेहरा आणि अशा शब्दांचे हेल यात साम्यच नसे. यामागे मानसशास्त्रीय कारणे असतीलही... नव्हे होतीच; पण सतत संतापलेली गुश्शात अबोल झालेली, दुसऱ्यांच्या घरी दिवस काढतो आहोत याची जाणीवपूर्वक आठवण ठेवणारी आणि या साऱ्यासाठी 'आईचं' वागणं... शेण खाणं कारणीभूत मानणारी रमाअक्का सतत धुमसत राहिली; पण स्वतःच्या लग्नात मात्र खूश होती. लाजणं-घास भरवणं, नवऱ्याकडे चोरटे कटाक्ष टाकणं-नटणं या साऱ्या गोष्टी तिने हौसेनं पार पाडल्या.

मालतीला शाळेत जरा बरी गती होती म्हणून शिकत राहिली. तिला शिकू दिल गेलं. लग्नानंतर रमाअक्का फारशी गोपळणीला आली नाही. चार वर्षांत तीन लेकरांची आई झालेली रमाअक्का फारच थोराड दिसू लागली. मालतीबद्दल

बहीण म्हणून काही ओलावा तिच्यात जाणवला नाही. मालतीचंही फारसं सख्य नाही जमलं तिच्याशी. रमाअक्काचा कोरडेपणा बोचरा होता. एक बहीण म्हणून न साजणारा!

मामीच्या अबॉर्शन किंवा प्रिमॅच्युअर डिलिव्हरीनंतर पुढे तिला दिवस गेलेच नाहीत. तिच्याही दृष्टीनं आता वेणूच्या आत्म्यानं स्वतःच्या पोरीचं कल्याण व्हावं म्हणून तिला वांझ केलं होतं. या अशा गोष्टीवर तिचा विश्वास बसला होता! आणि त्यामुळेच की काय, तिचा संताप अलीकडे अगदी रौद्ररूप धारण करू लागला होता. विशेषतः आजीनं आमच्यासाठी कधी खास आपुलकी दाखवली, कधी दुधावरची साय वाटीत घालून दिली वगैरे की, ती आमच्याबरोबर आजीचाही तीव्र राग करीत असे. 'बुळबुळ', 'जितराब', 'सापाची अवलाद' अशी विशेषणं आताशा ती आम्हाला देऊ लागली होती. मग आजी अगतिक-गप्प-गप्प राहू लागली.

✠✠✠

मालती आता स्वतःला हेतुतः भूतकाळात ओढत नेत राहिली. एकेक प्रसंगाचा अन्वय लावायचा प्रयत्न करीत राहिली. तसा तो काळ चांगला की वाईट होता हे सांगता येत नसलं तरी आजची 'मालती' साकारण्यात त्या काळाचा असलेला प्रभाव नाकारता येण्याजोगा नव्हताच.

रमाअक्काचं लग्न झालं आणि मालतीच्या आयुष्यातलं एक फारसं महत्त्वाचं नसलेलं प्रकरण संपलं. फार जवळीक झालीच नाही रमाअक्काशी! आजी, आऊजी, तात्या, आई यांचा मृत्यू; मामाचं धुमसणं यात प्रेम बीम काही असतं किंवा त्याची प्रत्येकाला गरज असते असं कधी वाटलं नसावं आणि म्हणूनच त्याची कधी उणीवही भासली नसावी. वाचन- गणितातली गती आणि सुदैवानं गावातच असलेली शाळा. या योगायोगानं शिकता आलं. बारावीची परीक्षा दिल्यानंतर तिच्या लग्नाचा विषय निघू लागला तेव्हा मात्र आपणही रमाअक्कासारख्या होऊ या भीतीनं शहारायला झालं. सुटी लागलेली होती. कुणी रमाअक्काच्याच नात्यातला मुलगा मालतीला 'पाहून' गेला. तेव्हा तिला पहिल्यांदाच रात्रभर झोप आली नाही. त्या दिवशी मामा-मामी खर्जात तावातावानं भांडत होते. आज मालतीला 'पाहायला' आलेला मुलगा 'पाहायला' येतानादेखील दारू पिऊन आला होता. त्याला मालती देऊ नये असा मामाचा सूर होता. तर

वेणू वन्संसारख्या बाईचं लेकरू खपतंय तर खपू द्यावं, पुढं तिचं नशीब आणि किती दिवस हे शिंदळकं रक्त पोसावं? पोरगी आईच्या वळणावर गेली तर? नाहीतर असे कोणते सोयरे सोयरिकीला यायचेत? जरा व्यवहारही बघा. असं म्हणून मामी तावानं निघून गेली. त्यानंतर अनेक रात्री मालतीनं जागून काढल्या होत्या.

मालती किती तरी वर्षांनी पट उलगडून पाहत होती. आजही हे कुणास ठाऊक का तिला आठवावंसं वाटत होतं. तात्या जाऊन पंधरा-वीस महिने लोटले होते. एकदा भोकरीला असताना आईला खूप रडताना पाहून तिनं आईला विचारलं होतं. "आई, तात्याची आठवण येते का?" भोकरीच्या आजीनं तेव्हा तिच्या दंडाला धरून बाहेर काढत म्हटलं होतं, "त्याची आठवण विसरली म्हणून तर झालं असं." संतापानं ती बरंच काही बोलत होती. ती आईला म्हणाली, "सरणावर घातलंस गं जितंच आम्हाला. भाशी अन् फाशी म्हणतात ते खरं केलंस. आता लाव आग घराला. तुझ्या बापाला बोलावून घेतलंय. निस्तर आता. शेण खाल्लं ते!" नंतर आऊजी आले. काही तरी विचित्र चाललं होतं. आजी रडत होती. आऊजींचे डोळे लालबुंद झाले होते. घरात खूप काहीतरी गोंधळ चालला होता. आम्हाला बळजबरी बाहेर पिटाळलं होतं.

दुसऱ्या दिवशी सकाळी आम्ही सारे गोपळणीला निघालो. कुणी कुणाशी बोलत नव्हते. रामकाका घुम्यासारखा झाला होता. आमची बैलगाडी दिसेनाशी होईस्तोवर तो थडीवर उभा होता.

गोपळणीला पोहोचलो तेव्हा संध्याकाळ झाली होती. गाडी सरळ शेतावर गेली. सतत नजर चोरीत डोळे पुसणाऱ्या आईला आऊजींनी उतरायला सांगितलं. ती उतरून शेतावरच्या कोपीकडे निघाली. तिने वळूनही पाहिले नाही. पाहिलं असतं तर तिच्या आमच्या भेटीचा तो शेवटचा क्षण ओलावला तरी असता..!

नंतर गाडीतून आम्ही सारे गावात आलो. केव्हातरी झोपी गेलो. सकाळी जाग आली तेव्हा घरात सारं सामसूम होतं. चहा-पाणी काही दिसत नव्हतं. आऊजी, मामा मुंगाजी कुणीच घरात नव्हतं. रमाअक्का भांबवल्यासारखी दिसत होती. चहा मागण्याचे ते वातावरण नव्हतं; पण जे काय होतं ते चांगलं नव्हतं.

तशा सगळ्याच आठवणी दुखावणाऱ्या होत्या किंवा दुखवणाऱ्याच आठवणी लक्षात राहिल्या होत्या. त्यात ही आठवण पिळवटणारी होती. गेल्या काही वर्षांत ही आठवण पुसट केली होती. तो विषय स्वतःशीही टाळला होता आणि आलीच

ती आठवण तर दारूच्या घोटाबरोबर गिळून ती रात्र तिने स्वातंत्र्यप्रिय/स्वैराचारी संस्कृतीतल्या मित्रांच्या सहवासात पिसाट उपभोगात घालवली होती. 'शेण खाणं' आणि त्याचे परिणाम माझ्यासाठी किती परिणामशून्य आहेत हे स्वतःलाच सिद्ध करण्याचा तो प्रयत्न तितकाच अर्थशून्य होता. अभिखेरीज तिनं स्वतःचं हे जीवन कुणालाच सांगितलं नाही. सांगावंसंही वाटलं नाही कधी. आताशा आपल्या डोळ्यात पाणी येऊन बरेच दिवस लोटलेत. या विचारानं ती दचकली. आज रडावंसं वाटत होतं आणि आठवत होतं...

गोपळणीतला तो दुसरा दिवस अविस्मरणीयच. पोटात भूक जाणवायला लागली होती. तेव्हा आजीला शोधीत मालती माजघरात गेली. आई शेतावरच का थांबली, हे रात्री विचारलं होतं तेव्हा मामानं डोळे वटारून पुन्हा विचारू नकोस म्हणून दरडावलं होतं; पण म्हणून अजूनही आई, आऊजी का आले नाहीत... कुणाला विचारावं... ती माजघरात गेली. एका आरपार कोनाड्यातून येणाऱ्या एवढ्याशा प्रकाशात खांबाला टेकून बसलेली भेसूर आजी तिला दिसली. तिचे केस विसकटले होते. ती अविरत रडत होती. चेहरा सुजला होता. ती रात्रभर जागी असावी. अधिकच भकास, भयानक वाटत होती. नजर विचित्र होती. आपलं शरीर तिनं खांबावर झोकून दिलं होतं. मेलेल्या माणसासारखी मान तिरकी, निर्जीव होऊन खांद्यावर पडली होती. आजी मरून गेली की काय? क्षणभर मालती दचकली होती. पोत्याला खेटून ती पाहू लागली. इतक्यात तान्हाई मुंगाजीची आई तशाच सुजल्या डोळ्यांनी तेथे आली. आजीनं तिच्याकडे पाहिलं. ती जमिनीवर कोसळली. आजी तिच्याकडे पाहत होती. तान्हाई विचित्रशी बोलत रडत होती. स्वतःच्या तोंडात पदराचा बोळा कोंबून आजी तान्हाईला आवाज न होऊ देण्यासाठी खुणावत होती नि रडत होती. तान्हाई उन्मळून बोलत होती.

"पाटलिणी, कसं सांगू वं तुमाला, लई जालीम इख आणलं वं तुमच्या लेकानं... वेणू बायला म्हणतेत कशेऽऽऽ तू घेतीस का मी घीवू?" हुंदक्यांनी तिला बोलणं अशक्य झालं. मृत्यूसमयी रडतात तसे हेल काढून तान्हाई रडत-रडत बोलण्याचा प्रयत्न करीत होती, "पाठचा भाऊ वेणूबायचा... पण म्हणतो कसाऽऽ... म्या घेतलं तर तुझ्या पोरीसकट सारा बारदाना तू संबाळ. आन् तू घेतलं हे इख तर मी संबाळीनच. काय सांगू माय वेणूबाय नदर उचलीत नव्हती. हुंदके देत होती, वेणूबाय तं जलमदेता बाप दात आवळीत म्हणतो, आवाज

काढू नगंस भिंतीलाबी कानं आसतेत. लेकरानं घटाघटा पेला रिकामा केला." हे सांगताना तान्हाई धाय मोकलून रडत होती. तिला खूप प्रयत्नानं शब्द जुळवावे लागत होते. मग पुन्हा ती सांगू लागली. "हे दोघं कोपीच्या भायेर गेले. म्या मरत व्हते वं, काय परसंग ह्यो. म्या वेणूबायला मिठीत घेतली. हातावर खेळवलं, न्हानलं होतं तिला... आता तिचा पराण जायची वाट बगत बसवलं मला... पाटलिणी... काय-काय केलंस गंऽ' लेकरानं पाय खोडून, माती उकरून जीव सोडला. पर तोंडातून फेस आला तरी आवाज काढला नाही माझ्या वेणूबायनंऽऽ... काय इज्जत वाचिवली वं... संबाळा माय इज्जत कुळाची आता..." तान्हाईनं अगतिकतेनं स्वतःचा चेहरा ओंजळीत घेतला... आजीनं डोकं जोरात खांबावर आदळलं. पदराचा बोळा करून तिनं तोंडात कोंबला होता. तिच्या केसातून रक्ताची धार पाठीवर ओघळत राहिली. त्याचं भान नव्हतंच कुणाला...

वेणू! आई पुसली गेली गोपळणी- भोकरीच्या इतिहासाच्या पानावरून... हळूहळू साऱ्यांच्या मनावरूनही!!

मग पुढे गोपळणी सोडली किंवा गोपळणीतून हाकललं तेव्हा जितेंद्र मुंदडानं तिला मुंबईपर्यंत आणलं. तो लग्न करणार होता; पण स्वतःच्या पायावर उभा राहिल्यावर, अन्यथा बापाच्या जीवावर ते शक्य नव्हतं. पुढे काहीतरी होणार होतं. (?) पण लग्न करणं म्हणजे रमाक्का होणं... हे तिला मान्य नव्हतं... पुढे... काय चुकलं कुणास ठाऊक... मित्र... पार्ट्या... नोकरी... एका वर्षात केवढं परिवर्तन झालं होतं! जितेंद्रच्या बहिणीनं 'जा' म्हणण्यापूर्वीच ती कोश फोडून निघून गेली... एका वेगळ्या आवर्तात...

अभी कॉफी घेऊन आला, तेव्हा मालतीच्या डोळ्यातल्या पाण्यानं उशी ओली झाली होती. अभीनं तिला उठवत कॉफी घे म्हटलं. आज रडणं थांबत नव्हतं. लहान मुलासारखं अभीला चिकटत तिनं विचारलं.

"आईला त्याक्षणी आम्ही आठवलो असू कारे अभी? तिला तेव्हा आम्हाला- निदान लहानग्या मला तरी जवळ घ्यावंसं वाटलं असेल... असेल ना अभी? की तिच्या येऊ घातलेल्या बाळासारख्या आम्हीही अवांछितच बनलो होतो तिच्यासाठी?"

तिचे हुंदके अनावर झाले. अभीनं तिला घट्ट मिठीत पकडून ठेवलं. रडू देण्यासाठी..!

कोडं

सुगंधाला तिसरा महिना लागला होता. दिवस जसजसे पुढे सरकत होते, तसतशी ती धास्तावून कासावीस होत होती. विद्याधरला तिची ही घालमेल मूर्खपणाची वाटत होती. लग्नाला सहा वर्षे झाली; तो तिला तिच्या खेडवळ विचारातून, बुरसट अंधश्रद्धांतून बाहेर काढण्याचा सतत प्रयत्न करीत होता आणि तिचं तेच ते रडगाणं... त्याला तिची चीड येत होती. मी वर्गात पोरांना असल्या अंधश्रद्धांपासून दूर राहायला सांगतो आणि घरी हा प्रकार... तो आता या विषयावर काहीच बोलणार नव्हता. सुगंधाचं कशाकडंच लक्ष नव्हतं. विद्याधरनं स्वतःच ऑमलेट बनवून घेतलं. कॉलेजात "कर्मकांडः नॉन क्रिएटिव्ह ॲक्टिव्हिटी : द लॉस ऑफ टाइम ॲण्ड एनर्जी" या विषयावर परिसंवादात तो निबंध वाचणार होता. खूप मेहनतीनं अभ्यासपूर्ण असा पेपर त्यानं लिहिला होता. निदान आज तरी रोजचा वाद नको म्हणून तो निमूटपणे बाहेर पडला.

सुगंधाला जेवावं- खावं असं वाटेना. तिनं देवापुढं दिवा लावला. धास्तावलेल्या मनानं हात जोडून करुणा भाकली. 'देवा आता तरी दया कर रे! किती वेळा माझी ओटी भरून अशी रिकामी करतोस, कुठल्या पापाची ही सजा देतोस. आता नाही हे सहन होत. कुठे आहेस तू? कुठं जाऊन पदर पसरू देवा! माझं आई होणं असं प्रत्येकवेळी शापित करंटं ठरत आहे. हे अधुरं स्त्रित्व जड झालंय... जीवच जड झालाय!"

ती खूप धास्तावल्या मनानं कॉटवर आडवी झाली. सहा वर्षांपूर्वी कॉलेजात शेवटच्या वर्षाला असताना ती प्रा. विद्याधर सावंत यांच्या प्रेमात पडली होती. खरे तर शिंगवी बाजार या खेड्यात कॉलेज नाही म्हणून मॅट्रिकनंतर पूर्णविरामाच मिळणार होता शिक्षणाला. जोशी मास्तरांची उषा पुढे शिकतेय आणि गावातून गंगापूरला सकाळ-संध्याकाळ बसही आहे म्हटल्यावर जोशी मास्तरांनी बाबांना गळ घातली आणि मग ग्रॅज्युएशनपर्यंत सुगंधाला कॉलेजात जाता आलं. विद्याधर सरांचं लेक्चर बी.ए.च्या द्वितीय वर्षात तिनं ऐकलं. कुठूनसं कानावर आलं की, विद्याधर सावंताच्या कडची, त्यांची कुणी आत्या, मावशी शिंगवी बाजारात दिलेली आहे आणि का कुणास ठाऊक तिच्या मनात सावंत सरांबद्दल एक वेगळा जिव्हाळा निर्माण झाला. एक 'आपले' असण्याचा, स्वजातीय असण्याचा बंध निर्माण झाला. विद्याधर सरांशी लग्न ही कल्पना आतून गोंजारत होती. मनात आलं आणि तसंच झालं. बी.ए.ची परीक्षा संपल्याबरोबर तिचं लग्न झालं. खरं तर असा मनासारखा नवरा असल्यावर आणखी काय हवं होतं? पण काही बाबतीत किती कठोर आहेत विद्याधर! लग्न कोर्टात करायचं म्हणून केवळ लग्नविधीच करीन, नंतर सत्यनारायण वगैरे चालणार नाही, अशा अटी. लग्नाच्या वेळी सूनमुखात गोजिरा आजीनं किती प्रेमानं तिची जाडजूड ठुशी अन् चांगले दोन बोट रुंदीचे पाजेब दिले; पण एवढे जुनाट दागिने म्हणून कधी घालू दिले नाही. परंपरांचा द्वेष! इतका टोकाचा द्वेष करणं खरंच शहाणपणाचं आहे का? काही गोष्टी नाही स्वतःसाठी; पण निदान दुसऱ्यांच्या समाधानासाठी तरी कराव्या लागतात; पण नाही!

तीन अबॉर्शन्स!.. दर वेळी जीव नकोसा होतोय. सत्यनारायण करायचा नाही म्हटल्यावर सगळ्यांनी मान्य केलं; पण नागफणीच्या शेतावर सावंतांच्या पूर्वजांची जोडसमाधी आहे. त्यांचं दर्शन घेतल्याखेरीज कुणीच संसाराला सुरुवात करीत नाहीत. गेल्या अनेक पिढ्या हा परिपाठ आहे; पण विद्याधरनं साफ नाकारलं तिथं जाणं. तेव्हा आपल्यालाही त्याचं विशेष काही वाटलं नाही; पण हे अबॉर्शन सत्र... अन् त्याचा कुलाचार न मानणं या गोष्टीशी जोडला जाणारा संदर्भ, आता तिलाही धास्तावू लागला होता. किती तऱ्हांनी समजावलं विद्याधरला... पण नाही. का असे हट्टी झाले असतील हे याबाबतीत? सासूबाई गेल्या तेव्हा म्हणे हे सात वर्षांचे होते. गावाकडे गेल्यावरच त्यांना ज्वर झाला म्हणे आणि त्या

वारल्या. त्या दिवशी असाच काहीतरी कुलाचाराचा विधी करून आल्या होत्या. इथं नोकरीच्या गावी असत्या तर काही इलाज तरी करता आला असता. त्या कुलदैवतानं नको का जबाबदारी घ्यायला! तेव्हापासून हे अंधश्रद्धाविरोधी बीज पडलं असावं; पण अंधश्रद्धेला विरोध करता-करता श्रद्धेलाच विरोध होतोय यांचा. या विचारातच थोडा डोळा लागला तिचा.

बेल वाजली तेव्हा जाग आली. सुग्रा आली असणार म्हणून ती उठू लागली. पोटात, कमरेत वेदना होत होत्या. या त्याच ओळखीच्या वेदना... आता पुन्हा हे पडणार... या भीतीनं हातापायातलं त्राणच गेलं तिच्या. दरवेळी तिसरा महिना लागला की, हे असं... किती आळवलं तिनं देवाला... नागफणीच्या समाध्यातल्या पूर्वजांना... बेल पुन्हा वाजली. खूप प्रयत्नानं ती उठून उभी राहिली. बेडशीटवर लालबुंद डाग आणि तसेच उष्ण ओघळ मांड्यांतून पायावरून ओघळत होते. मोठ्या प्रयत्नानं रक्ताचे अर्धवट पावलं उठवीत तिनं दार उघडलं. सुग्राला पाहताच हंबरडा फोडीत तिनं तिला मिठी मारली. "या आल्ला ये क्या हुआ माँऽऽ;" म्हणत सुग्रानं तिला पलंगावर बसवलं. तिच्या धाय मोकलून रडण्यानं सुग्राही डोळे गाळीत होती. सुगंधाला काही कळत नव्हतं... दिसत नव्हतं... केवळ रिकामं झाल्याची जीवघेणी जाण! ती डोळे मिटून पडून राहिली. रडत, चिडत राहिली संध्याकाळ झाली तरी..!

आपला निबंध अपेक्षेप्रमाणे टाळ्यांच्या कडकडाटात संपवून विलक्षण खुशीत विद्याधर घरी आला. पायऱ्या चढताना शीळ घालत होता. उद्या त्याच्या मुद्द्यांना जोरदार प्रसिद्धी मिळणार होती.

सुग्रानं दार उघडलं तेव्हा प्रश्नार्थक नजरेनं त्यानं तिच्याकडं पाहिलं. दारातून बाजूला सरत ती म्हणाली,"

"मेडमचं दुपावलं... बुरी हाल केलीय रडून रडून..." विद्याधर सुगंधाकडे गेला. त्यानं तिला आवाज दिला. तिनं डोळे उघडले नाहीत. त्यानं तिच्या डोक्यावरून प्रेमानं हात फिरवला. खूप मार्दवानं हळवी हाक मारत राहिला; पण आज काही ऐकूच येत नव्हत तिला. ती निपचित पडून होती. तो तिच्याजवळ खूप वेळ बसून राहिला. त्यानं शिंगवी बाजारला निरोप पाठवला. तिची आई तातडीनं आली; पण यावेळी सुगंधा तिच्याशीही शब्ददेखील बोलली नाही.

सहा दिवस झाले. जेवण-खाणं सारं बंद केलं होतं तिनं. अचानक तावात आल्यासारखी उठून मुठी आवळून म्हणाली. आताच्या आता मला रांजणीला

जायचंय. शेवटी त्यानं नाइलाजानं जेवायची अट घालून तिला रांजणीला पाठवायचं मोठ्या अनिच्छेनं कबूल केलं. खरं तर बाबा वारल्यावर त्यांचं सख्खं असं कुणीच नव्हतं उरलं. आईला खूप उशिरा झालेला एकूलता एक मुलगा होता विद्याधर. आता त्यांच्या वाड्यात इतर चुलत काका वगैरे राहत होते. बाबा वारले तेव्हा त्यांची इच्छा म्हणून त्यानं सारे विधी रांजणीत केले; तेव्हा तो तेरा-चौदा दिवस तिथं राहिला होता, तेवढाच! आणि आता सुगंधासाठी जवळपास अनोळखी असलेल्या गावात तिला पाठवणं त्याला तसं पटत नव्हतं; पण तिनं तर अगदी जेवणच सोडलं होतं. पूर्ण रस्ताभर एका शब्दानंही ती विद्याधरशी बोलली नव्हती.

आज सकाळी शेवगावी आलेल्या दिनूकाकानं फोनवर सुगंधाची तब्येत ठीक आहे, असं सांगितलं होतं. त्यामुळे त्याला थोडं हलकं वाटत होतं; पण अगदी फोनचीदेखील सुविधा नसलेल्या रांजणीत सुगंधा कशी रमत असेल? अर्धा दिवस वीजही नसते तिथं. तो उगाच खट्टू झाला. घरी पोहोचला तेव्हा सुग्रानं बनवलेलं अन्न गरम करून खाणं, चहा बनवून घेणं आणि रिकाम्या घरात वेळ कंठवत बसणं त्याला सतावू लागलं. वाचन वगैरे कशातच मन रमेना तेव्हा सांजवेळेला सपाता पायात चढवून तो बाहेर पडला. रस्त्यावर नेहमीच वर्दळ होती. आज प्रथमच या मोठ्या गर्दीत त्याला एकटं, पोरकं वाटत होतं. पालिकेच्या छोट्या बागेत कोपऱ्यातल्या बाकावर तो बसून राहिला. कुठलाच विचार तो सलगपणे करू शकत नव्हता. डोकंही रिकामं झालं होतं जणू!

"सलाम साब." सुग्राचा जावई सलाम करीत त्याच्यासमोर उभा राहिला. विद्याधरने डोळे उघडले,

"सलाम फजलू भाई, कैसे हो?"

"जी बहूत अच्छा. आपकी दुआ से." थोड्या दूर उभ्या असलेल्या आपल्या बायकोला जवळ येण्यासाठी तो आग्रह करू लागला. हातावर छातीशी घट्ट पकडलेलं तान्हं बाळ सांभाळीत ती जवळ आली. त्यानं तिच्या बाळाकडे पाहत म्हटलं.

"कैसा है बेटा; बच्चा तुम्हारा?"

तिनं अलगद त्याच्या चेहऱ्यावरचा रुमाल काढीत त्याचा सावळा-गाढ झोपेतला चेहरा त्याला दाखवला. त्यानं हळूच बाळाच्या गालावर टिचकी मारली. बाळ किंचित तोंडाची वाकडी तिकडी मुद्रा करीत चुळबुळलं. विद्याधरनं ५० रुपयांची नोट खिशातून बाळाच्या हातात देण्यासाठी काढली. फजलू नाही, नाही म्हणत

होता. तरी त्यानं ती बाळाच्या हाताजवळ पोटावर ठेवली. ती मंडळी निघून जाताना थोड्या दूरवरून त्याला ऐकू आलं. "आल्ला मियाँ इनकी क्यूं नहीं सुनता? एक बच्चा इन्हें भी दे देता!"

त्याला राग आला, कोण अल्ला मला मूल देणारा? अरे देवानं मुलं दिली असती तर... का वेडा आहे बरं हा सारा समाज... तो घरी परतला तरी डोकं शांत होत नव्हतं. सुग्राचा नातू... की नात... त्या बाळाचा ओठाचा चंबू करीत वेडं वाकडं तोंड नि तो निसटता स्पर्श त्याच्या डोक्यातून जात नव्हता.

त्यानं टेबलावरचा कागद घेऊन लिहायला सुरुवात केली;

प्रिय सुगी, आज फजलूच्या बाळानं माझ्याही मनात तुझी वेदना जागी केली. त्याचा चेहरा नि निसटता स्पर्श एक रितंपण अधोरेखित करून गेला. तुझ्या सतत हव्या वाटणाऱ्या मृदुल स्पर्शाहूनही काही तरी वेगळं स्पर्शसुख त्या बाळाच्या कोवळ्या स्पर्शानं मला मिळालं. तो स्पर्श पुन्हा हवाहवासा वाटत होता की, काय कुणास ठाऊक; पण मनाची विचित्र तडफड झाली. अजूनही होते आहे. तुला तरी ही बोच सदोदित आहे. काही तरी नसण्याची... हातून निसटण्याची. ही तडफड तर माझ्या आजवर लक्षातच नाही आली. आज आता कळली गं तुझी तळमळ! थोडावेळ का होईना मी तळमळलो या उणिवेच्या जाणवेनं. तुला समजावत होतो की, या वैभवात काय कमी आहे? नसलं मूल तरी काय होतंय... सुख उपभोगता येत नाही, असा आरोपही केला तुझ्यावर... पण. सुगी सॉरी गं... तरीही... तरीही तुला कसं सांगू? असा कुठलाही देव, अल्ला, समाध्या हे सुख कशा देतील आपल्याला? हे साधं लॉजिक का कळत नाही तुला? जाऊ दे मला माफ कर... आणि बरं वाटतंय तोवर राहा तिथं...

विद्याधरची मनःस्थिती आणखी उदास झाली. लग्नानंतर पहिल्यांदा तो सुगंधाशिवाय इतके दिवस एकटा राहत होता. आज तिची कणव येत होती आणि ती असं बुद्धी नसल्यासारखं का वागते, याची चीडही येत होती.

सुगंधा तिच्या खेड्यातल्या चुलत सासू, सासरे, नणंदा, जाऊबाई यांच्यात बरीच रमली होती. तिच्या नवऱ्यानं एवढा मोठा वाडा त्यांना सहज देऊन टाकला याची जाणीवही असेल; त्यांच्या सुगंधावरल्या असाधारण लोभामागे. सारेच तिला खूप प्रेमानं जपत होते. खरं तर तिचं असं इथं हक्कानं येणं, सगळ्यांच्यात मिसळून वागणं त्यांनाही अप्रूपच होतं. आज सकाळी दिनूकाका तालुक्याला गेले

होते. जातानाच म्हणाले होते की, विद्याधरला फोन करणार आहे. काही सांगायचं का म्हणून. तेव्हा "मी इथंच खूप आनंदात आहे एवढंच सांगा," म्हणाली होती. तिच्या मनातला राग अजूनही खदखदतच होता. संध्याकाळी दिनूकाकांनी सागितलं की, विद्याधर काळजीत आहे. त्याला सुगंधाची काळजी लागून राहिली आहे वगैरे. इंदिराकाकू म्हणाल्या, "मग विद्याला म्हणावं, त्याच्या बायकोच्या काळजीपायी का होईना, तिच्यासाठी म्हणून तरी तिला नागफणीच्या समाध्याला घेऊन जा. नाही रीतिरिवाजासाठी; पण एवढी काळजी करतो तर बायकोच्या समाधानासाठी तरी कर म्हणा असं."

"आता पोरं शिकून मोठी शहाणी झालीत, असं काही म्हणायची हिंमतच नाही होत. पुन्हा विद्याचा स्वभाव हा असा... काय करणार."

सुगंधाला विद्याधरचं हे वागणं कळतच नव्हतं. एकीकडे केवढा जीव लावतात ते तिला अन् एक एवढीशी गोष्ट करीत नाहीत, ही कुठली तत्त्वनिष्ठा? रांजणीत येऊन महिना झाला होता. आता तिला विद्याधरची ओढ वाटत होती. सारखी आठवण येत होती. काल रात्री तिला तिच्या आजे सासूबाईनं एक विलक्षण घटना सांगितली होती, जी चार-पाच पिढ्यांपूर्वी याच घराण्यात घडून गेली होती. नागफणीच्या त्या जोड समाध्यांची ती कथा फारच थरारक होती. ती कथा ऐकून तिच्या मनानं घेतलं की नाही; आता नागफणीच्या त्या जोड समाध्यांचं नाही जोडीनं; तर निदान एकटीनं का होईना दर्शन घेतल्याखेरीज येथून जायचंच नाही. दुसरे दिवशी उठल्याबरोबर ती आजीला म्हणाली, "आजी आईजी, आपण जाऊ या ना नागफणीच्या शेतावर."

"अगं, पण जोड्यानं जाऊन वोटी भरावी लागते तिथं. तुझा नवरा तर यडा ना शहाणा. सड्यानं दर्शनाचा काय उपेग?" तिला पक्कं माहीत होतं की, विद्याधर नाहीच येणार आपल्यासोबत. ती तशीच जरा हट्टी स्वरात म्हणाली, "आज्जी आईजी, नुसतं दर्शन तर घेऊन येऊ या ना. त्यानिमित्तानं नागफणीचं शेतही पाहणं होईल..."

"अगं पर तू अशी. आताच दुपावलेलं अशक्तपणा आहे. पुन्हा जाऊ की कधी तरी..."

"नाही. आईजी, आता पुन्हा कसली अशी राहायला यायचीय मी? अन् बैलगाडीतूनच तर जायचंय. अशक्तपणा बिना काही नाही. जाऊच आपण..."

"बघ बाई, दिनूला विचार. अन् ठरव. आपल्या खानदानीत आजवर त्या समाध्यांचं दर्शन-ओटीभरणं केल्याबिगर लग्नाचा सत्यनारायणदेखील करीत नाही कुणी; पण हा विद्या... केवढा चिडला होता. त्याला समजवायला गेले तर... दिनूला विचार. जाऊ मग आपण. मलाही आता दोन-तीन वर्षे झालीत तिथं जाऊन."

दिनूकाकांनी कसलेच आढेवेढे घेतले नाहीत. अगदी सकाळी सकाळीच दोन बैलगाड्या, दोघं तिघं गडी तिच्यासोबत म्हणून, आज्जी आई आणि वाड्यातल्या सात-आठ मुली असा लवाजमा तयार झाला. सुगंधा मनात म्हणत होती काही होवो, मी पदर पसरीन, गयावया करीन, शेवटी तिच्याच वंशातली वेल ती अशी कशी खुरटून जाऊ देईल? तिच्याच खाणदानीतलं हे पुरुषी रक्त तिला परिचयाचं नसेल होय. ती समजून घेईल माझी ही अगतिकता. तिनं मनापासून समाधिस्त राजाईमायला हात जोडले.

गाड्या गावाबाहेर निघाल्या. पौषातली थंडी पडली होती. ज्वारी हुरड्यात आलेली. गहू, ऊस, टहाळ, बोरं असा सारा रानमेवा खुणावित होता. गाड्या नदी ओलांडून गावाच्या उत्तरेला वळल्या, गाडीवाटेवर रस्त्याच्या कडेला ठिकठिकाणी गाभूळगच्च बोरांनी लगडून लवलेल्या बोरी दिसत होत्या. सुगंधाला हे सारं काही नवं नव्हतं. तिचं माहेरही खेडंच तर होतं. थोडं शहराळलेलं; पण होतं खेडंच.

ते नागफणीत पोहोचले तेव्हा दोन वाजून गेले होते. गाडीवाटेनं शेवटावर चिंचेच्या झाडाखाली पोहोचल्यावर सारेजण पायवाटेनं शेतात शिरले. काळीशार माती, चटकणारं पौषातलं ऊन आणि सुगंधी रानवारा. सुगंधाचं मनही दरवळून गेलं. गडी बैलांना हाळापाशी घेऊन गेले. दिनूकाका थकले होते आता, तरी धोतराचा सोगा हाती धरून पाटाच्या बाजूनं चालत होते. दूरवर दोन घुमट दिसत होते. त्याच जोडसमाध्या असाव्यात म्हणून सुगंधा त्या दिशेनं निघाली. तिला थांबवित आज्जी आई म्हणाली,

"कुठं निघालीस पोरी, ते घुमटातलं बारव मोठं आहे. तिथं हे भाताचं बोणं दिल्याखेरीज पाणी पेऊ नये." तिनं प्लॅस्टिकच्या डब्यातून आणलेला दहीभात तिच्या हाती दिला. पिशवीतून आणलेला कापूर, उदबत्ती, गुलालाची, खडीसाखरेची पुडी चाफलीत तीही सुगंधाबरोबर घुमाटापर्यंत चालत आली. एव्हाना साऱ्या पोरी रानभर पांगल्या होत्या. आज्जी आईनं घुमटाच्या दारातून प्रवेश केला.

दगडी चिऱ्यानं बांधलेली परस्परांची प्रतिबिंबे असावीत तशी समोरासमोर घुमटे होती. चारही बाजूंनी दोन खांबांतून कमानी होत्या. मधला ओटाही दगडी चिऱ्यांचाच होता. चिऱ्यांच्या जोडात साठलेल्या मातीतून गवताचे कोंभ दिसत होते. सुगंधा हळूहळू पायऱ्या उतरत खाली पाण्यापर्यंत पोहोचली. पाण्यात हळदी-कुंकू वाहून तिनं आज्जी आईजीच्या सांगण्याप्रमाणे चहुबाजूला भात शिंपडला. त्या पाण्यात पुरुषभर उंचीचं शिवलिंग असून दर ज्येष्ठ पौर्णिमेला नागाच्या फणीसहित हातभर भागाचं दर्शन देतं आणि मग महिनाभरात पुन्हा पाण्यात डुबतं, अशी माहिती आईजी देत होत्या. तेव्हा तिनं आणखी श्रद्धेनं त्या पाण्याची ओंजळ भरून घेतली आणि जणू त्या शिवलिंगावर ओतते आहोत, अशा श्रद्धेनं त्या बारवात रिती केली. मन कासावीस होत होतं, ''माझ्या ओटीत एखादं फळ टाक रे महादेवा, माझी जोडसमाधीला दया येऊ दे, अशी कळवळत भरून येणारे डोळे लपवत ती वर आली. आईजीनं साऱ्या पोरिंना हाळी दिली. आता चौथऱ्यावर नारळ फोडायचा दगड होता. सुगंधानं वाढवायसाठी नारळ हाती घेतला; की आईजी ओरडल्या.

''सुगंधा, ठेव तो नारळ. बायकांनी वाढवायचा नसतो कधी. एवढं ही कळत नाही का? आधीच...'' पुढचे शब्द त्यांनी गिळले. सुगंधानं नारळ खाली ठेवला. गड्याला बोलावून तो फोडून घेतला. प्रसाद वाटल्यावर आजीनं पोरींना म्हटलं,

''पोरींनो, आम्ही जोडसमाधीचं दर्शन घेऊन येतो. तोवर इथंच थांबा. तिकड कुंवाऱ्या पोरींनी येऊ नये. पोरींनाही हा नियम माहीत असल्यामुळे त्या घुमटाच्या चौथऱ्यावर गाण्याच्या भेंड्या खेळत बसल्या. आजी आईजीसह सुगंधा समाध्यांकडे वळली. सुगंधाचं मन शेतात शिरल्यापासून कुठल्याशा श्रद्धेन भारून गेलं होतं. इतकं अगतिक- व्याकूळ आणि सश्रद्ध बनण्याचा हा तिचा पहिलाच अनुभव. ढेकळावरून चालताना त्रास होत होता. आजी आईजी मध्येच वाकून गुडघ्यांवर हात ठेवून विसावा घेत घेत चालत होती. सुगंधाची चप्पल तुटली. तिनं हातात घेऊन चालायला सुरुवात केली. आंब्याच्या गर्द सावलीत दोन चिरेबंद समाध्या होत्या. दोन्ही समाध्यांवर महादेवाच्या पिंडी स्थापल्या होत्या. डाव्या बाजूच्या समाधीवर हळदी-कुंकवाच्या खुणा होत्या. रंग उडालेल्या खणात नारळ, बांगड्या, तांदूळ बांधलेली ओटी होती. सुगंधानं मोठ्या श्रद्धेनं त्या समाधीवर डोकं ठेवलं. कळवळून म्हणाली, ''आई, राजाई माझी चूक नाही गं... हे ऐकत नाहीत. मी

काय करू? त्यांच्या चुकीची सजा मला देऊन काय मिळणार? कृपा कर आई, तुझं लेकरू म्हणून तरी एका लेकराचं दान दे, मी भरते ती ओटी स्वीकार. सड्यानं भरते म्हणून रागावू नकोस. माझीही ओटी भर..!" मग खणा-नारळानं समाधीची ओटी भरून झरणारे डोळे पुशीत तिनं आजी आईजींना नमस्कार केला. आजी आईजी तिला जवळ घेत म्हणाली, "सुगंधामाय, रडू नकोस. येईल तिला दया, ती तरी बाईच होती ना. कळंल बघ तुझं मन तिला. उगी उगी माय." सुगंधा आजी आईजींच्या कुशीत शिरून मुसमुसून रडू लागली. आईजींनीही तिला रडू दिलं. आवेग ओसरल्यावर त्या दोघी शेजारच्या चिंचेखाली विसावल्या. आजी आईजींचे गुडघे दुखत होते. वयाच्या मानानं आजचे श्रम जरा जास्तच झाले होते. पुन्हा भल्या पहाटे उठून भात बोणं बनवलं होतं. चिंचेच्या सावलीत दुसऱ्या समाधीच्या लांब पायरीवर पिशवी उशाला घेऊन अंग टाकलं आणि थकल्या आईजींचा डोळा लागला. सुगंधाला मात्र काही तरी वेगळं वाटत होतं. घुमाटापासून ती बरीच दूर होती. पोरी खेळात रमून गेल्या होत्या. घुमाटापलीकडून धूर दिसत होता. हुरड्यासाठी अगटी पेटली होती.

सुगंधा समाधीच्या चौथऱ्यालगत जाऊन बसली. डोकं जड वाटत होतं. ती राजाईचं रूप डोळ्यासमोर साकारण्याचा प्रयत्न करू लागली... आजी आईजींनी सांगितलेली राजाई- माधवरावांची कथा तिच्या नजरेसमोर चित्रपटासारखी साकारू लागली.

✠✠✠

त्या दिवशी सावंतांच्या वाड्यावर सकाळपासून लगबग सुरू होती. रांजणीची वेश ओलांडली की, मारुतीचं मंदिर आणि डाव्या हाताला वळलं की, सावंत गल्ली. अख्ख्या गावात भाऊसाहेब सावंतांचा वाडा म्हणजे राजवाडाच होता. वाड्याच्या पुढं मोठं पटांगण होतं. वाड्याच्या देवडीचं दार मोठं होतं. दाराच्या दोन्ही बाजूला दगडी भिंतींवर भालदार-चोपदार रंगवलेले होते. काळ्याशार शिसमचं ते भव्य दार उघडताना कर्रर्र वाजत असे. मागे भली मोठी अगळ लावलेली, बाईमाणसाच्यानं सहज न उघडली जाणारी, ती अगळही शिसमचीच होती. दरवाजातून आत प्रवेशलं की, दोन्ही बाजूला दोन ढाळजं होती. एक छोटं नि दुसरं भव्य. प्रत्येक खांबाला आणि चौकटींना तेलपाणी देऊन चमकदार केलं होतं. डावीकडच्या छोट्या ढाळजेत पितळी फुल्या खिळ्यांनी ठोकलेली मोठी

बंगई होती. तर उजव्या मोठ्या ढाळजेत शुभ्र चादरी घातलेल्या सात-आठ गाद्या, त्यावर लोड, तक्के, चांदीचं पानदान. छताला टांगलेल्या हंड्या तेथील शाही साक्ष देत होत्या. पुढे मोठा चौक. तिन्ही बाजूंना चार-चार पायऱ्यांचे जोते. तीन ओसऱ्या. प्रत्येक ओसरीवर मागे खोल्या. उजव्या बाजूच्या ओसरीवर मधला दरवाजा स्वयंपाकघराचा होता. गड्यांची-स्त्रियांची लगबग वाढत होती. भाऊसाहेबांच्या पुतणीच्या लग्नाची सुपारी फुटणार होती. चुलाणावर पुरणाची दाळ रटरटत होती. भाज्या चिरणं, कणिक मळणं, अशा कामात सगळ्याच स्त्रिया रमल्या होत्या. शंभर पानं तरी उठणार होतीच. दोन पाट्यांवर आमटीचा मसाला वाटणाऱ्या दोघी स्त्रिया मागल्या वर्षी माधवच्या लग्नात काय काय गमती झाल्या त्याचे वर्णन चालले होते. वेलदोडे सोलणाऱ्या अजून नवपरिणीत असलेल्या राजाईला वरवंटा थांबवून सरस्वतीकाकू सांगू लागल्या, "राजाई तुमची सोयरीक पक्की झाल्यावर तसं माधवला सांगितलं; असा चेहरा झाला माधवचा. मला म्हणतो, काकू कशीय वो पोरगी? तर मी म्हटलं भली जाड आहे म्हणतात. दारात मावत नाही बघा खोलीच्या. तसा ओसरीवर वसंताभाऊजीकडे जाऊन विचारतो पोरगी कशीये? त्यांनी तेच सांगितलं. तेव्हा तोंड बारीक करून बसला. आन् मग चंद्राच्या कोरीसारखी राजाई पाहिल्यावर खट्याळ मला येऊन म्हणतोय, सरस्वतीकाकू, सून तर सासूलाही मागे टाकतेय." हे ऐकून गालातच हसणारी राजाई लाजून गेली. साऱ्या जणी हसत होत्या. इतक्यात माधव तिथं आला- म्हणाला, "सरस्वतीकाकू, पोळपिंपरीचे पाहुणे एकले मामाच येणार आहेत म्हणे. तरी स्वयंपाक शे-सव्वाशे पानांचा करा." राजाई मनात सुखावली. तात्यांना भेटून सहा महिने लोटले होते. एक चोरटा कटाक्ष राजाईवर टाकत माधव ढाळजेत निघून गेला.

दिवसभर पाहुणे, चहा, नाष्टा, पानं चालू होती. नवऱ्या मुलीला लुगडं नेसवून, नटवून राजाईनं ओसरीवर आणलं. दोघा-तिघा भावांनी तिला ढाळजेत नेलं. पाहण्याचा कार्यक्रम झाला. आता बोलाचालीला सुरुवात झाली. आता मुख्य पंगत बाकी होती. सुपारी फुटली की, पंगत बसेल म्हणून सरस्वतीकाकूंनी चौथी चूल पेटवून तळणाला सुरुवात करा म्हणून सांगितले. राजाईनं गोवरीचं खांड हातात घेतलं. वाड्यामागं परसदारी जळतण ठेवलेलं. सारे पुरुष, गडी, पोरं चौकात-ढाळजेत गुंतले होते. सिदराम गडी चौकात जोत्याला टेकून उभा होता.

त्याचं लक्ष वेधून घेण्यासाठी राजाई 'शूऽऽक शूऽऽक' असा आवाज करू लागली. कसे तरी त्यानं राजाईकडे पाहिलं. आपण ढाळजेतल्या पाहुण्यांना दिसू नये, असा प्रयत्न करीत ती त्याला परसातून जळतण आणायला सांगायचा प्रयत्न करीत होती अन् बावळट चेहरा करून काहीच समजत नाही, असं खुणेनं सांगणारा सिदराम बघून तिला हसं अनावर होत होतं. डाव्या हाताच्या कोपराला दुसरा हात लावून धिलपी आण. चुलीतली लाकडं संपलीत, असं ती अनेक प्रकारांनी सांगत होती. सिदराम जोत्याला धरून पलीकडच्या ओसरीवर होता. आता स्वयंपाकखोलीत जायचं तर त्याला डाव्या ढाळजेतून जावे लागणार होते. बंगईच्या कडीला धरून उभा असलेला माधव राजाईच्या खाणा-खुणा करण्याला, हसण्याला बराच वेळपासून पाहत होता. या खुणा ती कुणाला करतेय हे पाहण्यासाठी तो पाहुण्यांतून जागा काढत खाली उतरला. नेमका त्याच वेळी सिदराम 'धिलप्या' आणा हे राजाईवैणी सांगातायेत हे समजून पाठमोरा होऊन बाहेर पडणारा सिदराम पाहून माधवचं डोकं सणकलं. त्यानं परवा सकाळी कसलं गाठोडं राजाईच्या हाती दिलं होतं नि तिनं ते चटकन लपवलं होतं. ते आठवून त्याच्या डोक्यात उलटे विचार सुरू झाले. राजाई... सिदराम... छीं ऽऽ... त्याला स्वतःचीच किळस आली. डोकं भणभणू लागलं तसा सिदराम त्याचा समवयस्क, गावातल्या असल्या अनेक भानगडीचं वर्णन त्यानं सिदरामकडून कधी तरी ऐकलेलं. त्याच्या विचारांवर जणू संशयाच्या भुतानं गारूड केलं आणि प्रत्येक गोष्ट त्याला सिदराम-राजाईच्या संबंधाचीच साक्ष देऊ लागली. त्याचं कशातच लक्ष लागेना. मनाच्या संशयी पटलावर राजाई सिदराम यांची वेगवेगळी रूपं साकारू लागली. न पेलणारी दुष्ट चित्रे फेर धरू लागली. आपलं डोकं दुखत आहे असं सांगून तो बाळंतिणीच्या खोलीत जाऊन पडून राहिला. अस्वस्थसा...

तिसरा प्रहार झाला तसे पाहुणे निघाले. माधवचा पुकारा झाला म्हणून तोही बाहेर आला. पाहुणे गेले. बायकांची पंगत बसणार होती. तेवढ्यात माधव आत आला. म्हणाला पोळपिंपरीहून मांग आलाय. सांगावा आलाय की, मामाला मूठ लागली. जादा बिमार आहेत. हिला घेऊन जातोय... हातातला घास टाकून राजाई धास्तावून उभी राहिली. तिचा जीव गोळा झाला. काहीच ऐकू येत नव्हतं. कुणी तरी चटकन लुगडं पिशवीत घालून तिला गाडीत बसवलं. माधवनं कासरा स्वतःच्या हातात घेतला तेव्हा सिदराम चुपचाप बाजूला झाला. गाडी

बाहेर पडली. आता बायकांच्या पंगतीला चव उरली नव्हती. सोयरीक झाल्याचा आनंद या बातमीनं जणू डागाळून गेला होता.

दिवेलागण झाली तशी दारी पाहुणे आले म्हणून लगबग उडाली. पोळपिंपरीचे तात्यासाहेब आलेत, सगळ्यांच्या नजरा आश्चर्यानं विस्फारल्या. तात्यासाहेबांना कळेना. त्यांना वाटलं की, सोयरीकीचे पाहुणे गेल्यावर आपण आलो म्हणून अवघडल्यावाणी झाले असतील सारे. हात-पाय धुऊन ते ढाळजेत चढले. सिदरामनं पंचा देत विचारलं, "तात्यासाब, तब्येत कशी हाये? लगीच बरं वाटलं जणू."

तात्यांना संदर्भ लागेना. त्यांनी मनात विचार केला की, मला उशीर झाला म्हणून चर्चा झाली असेल. तेव्हा सारवासारव करण्यासाठी राजाई म्हणाली असेल की, तात्यांची तब्येत बरी नाही. जरा वेळानं त्यांनी ओशाळल्या स्वरात म्हटलं, "भाऊसाहेब, पोळपिंपरी सोडून तासभर लोटला असा तसा अन् गाडीचा बैल नडून बसला. ओढाओढीत शिवळ तुटून जू मोडलं. मग पांगरीच्या पावण्यांकडून गाडी घेऊन निघालो त्यात उशीर झाला बघा."

"अरे-अरे! पर जाऊद्या. आलात तेच का कमी झालं. बरं आता लवकर जेवून घ्या." भाऊसाहेबांनी आत जेवायची तयारी करायला सांगितलं. खरं तर भाऊसाहेबांनाही माधवच्या असल्या करणीचा बोध होत नव्हता. त्यानं राजाईला असं खोटं बोलून कुठं नि का नेलं असेल याचा काहीच अंदाज बांधता येत नव्हता. एक अवघडलेपण साऱ्यांच्या मनात भरून राहिलं होतं.

"बरं लग्न वैशाखातच ठरलं असेल ना? ते कसं सगळ्यांच्या सोयीचं होतं."

"होय. ते खरं आहे. बघूत आता दिवाळी झाल्यावर म्हटले पाहुणे तर... तसं करू." यांचं वाक्य पूर्ण होता होताच माधव वाड्यात शिरला. अंधारात त्याचे कपडे भिजलेले आहेत; लक्षात आलं नाही. त्यानं चौकात प्रवेश केला आणि सदरा काढून जोत्यावर फेकला. ओसरीवरच्या कंदिलाच्या उजेडात लाल रक्ताचे कपडे पाहून सरस्वतीकाकू दचकल्या. ओसरीवर थोडं पुढं येऊन त्यांनी पाहिलं. माधवराव हौदाजवळच्या बादलीतलं पाणी डोक्यावर ओतत होता; त्या पाहुणे ढाळजेत बसले आहेत हे विसरून मोठ्यानं ओरडल्या, 'माधवा, अरे राजाईला कुठं सोडलंस?"

"स्वर्गात. नव्हंनव्हं नरकात पोहोचवलं तिला. या वाड्याच्या लायकीची नव्हती ती. तुम्हीही अंघोळ करा नावानं तिच्या. तात्यासाहेबांच्या हातातला पाण्याचा

पेला ताडकन आपटला. ते थरथरत पायऱ्या उतरले. मागोमाग धास्तावलेले भाऊसाहेब. माधवराव पुढे म्हणाला, "या सिदरामसोबत चाळे चालले होते तिचे. आधी यालाच संपवणार होतो; पण आपलंच दाम खोटं. मी माझ्या डोळ्यानं बघितलं, तेव्हा खात्री पटली. कसली नासकी घाण भरली पोळपिंपरीकरांनी आपल्या घरात."

तात्यासाहेब गपकन खाली बसले. भाऊसाहेब ताठ होत ओरडले, "काय बोलतोस माधव, शुद्धीवर आहेस का?" सरस्वतीबाईंनी हंबरडा फोडला. सिदरामला काहीच कळत नव्हतं. मालक असं का बोलताहेत... तोच माधव बोलू लागला, 'काकू, रडू नका. बरोबर केलं मी. खानदानीला काळिमा फासणारी अशी सून मेली ते बरं झालं म्हणा. आज पाहुणे-रावळे घरात असताना या दोघांचे चाळे आपल्या डोळ्यानी पाहिलेत मी..." सिदरामला संदर्भ लागला... म्हणजे वैनीसाब जळतणासाठी मला खुणावत होत्या, तेव्हाच मालक खाली उतरून आले होते... त्यानं डोक्यावरचा पटका काढला. त्याचं टोक धरून तोंडात कोंबू लागला. काय करावं... काय... काय होऊन बसलं हे? तो आपलं डोकं कळवळून पायरीवर आपटू लागला. म्हणाला, "मालक, काय केलं वो हो? ढिलप्या संपल्या म्हणून पावण्यात कसं वरडावं म्हणून खुणवून सांगत व्हत्या त्या. वैनीसाबऽऽ... काय काय होऊन बसलं हे..."

तात्या उभ्याउभ्या कोसळले. सरस्वतीकाकू हंबरडा फोडीत म्हणत होत्या, "कार्ट्या काय केलंस रे हे... लक्ष्मीसारखी माझी राजाई, दोजीवाची होती रे दुष्मना, मेल्या कालच तुझ्या मनात पाप आलं होतं रे... विचारीत होतास ना सिदरामनं चोरून काय दिलं तिला म्हणून. चिंचा दिल्या होत्या रे... त्यानं... मीच सांगितल्या होत्या... राजाईला डोहाळे लागले होते..." त्या छाती पिटून पिटून रडत होत्या. विचित्रपणे रडत, डोकं आपटीत त्या कोसळल्या... वाड्यावरचं सोयरिकीचं मंगल वातावरण असं प्रहरभरात सुतकी झालं. सारी रडारड, कोलाहल माजला. इतक्यात कुणीतरी जिवाच्या आकांतानं ओरडलं... 'माधवा थांब... अरे-अरे काय करतो. अडवा त्याला...' पण अद्याप गाडीतच असलेली रक्त माखली कुऱ्हाड चपळाईनं काढून माधवानं ती डोक्यावर ताकदीनिशी मारून घेतली. रक्ताच्या चिळकांड्या उडाल्या.

❖❖❖

सुगंधाचा हात धरीत सिदराम तिला ओढीत लांब ओढ्याकडे घेऊन गेला. तिला तो ओढा दाखवीत सागंत होता... या या वढ्यात जीभ हासडून पराण दिला म्या. हितं मेला सिदराम... सुगंधा ओढ्याकडे पाहत निश्चल उभी होती. वेगळ्या विश्वात असल्यासारखी. आजी आईजी, साऱ्या पोरी, दिनू काका तिच्या तोंडावर पाणी मारीत होते. ती विचारीत होती. 'सिदराम कुठाय? सिदराऽऽम..."

आजी आई उभ्या थरथर कापू लागल्या. त्यांनी राजाई-माधवाची कथा सांगितली तेव्हा सिदराम हे नावच त्यांना आठवत नव्हतं. जोड समाधीची कहाणी सांगताना सिदरामचं नाव अन् अंतही त्यांना आठवला नव्हता. सुगंधाला हे नाव... ती व्यक्ती कशी कळली?... आजी आई डोळे गरगर फिरवीत गपकन खाली बसल्या..!

डंख

रात्रभर झोप न लागल्यामुळे डोकं सुन्न झालं होतं. कधी कधी, नव्हे वारंवार आपण आपलं क्षुल्लकत्व विसरतो. एखादी घटना आपल्या आकलनानुसार योग्य किंवा अयोग्य ठरवतो. इष्ट परिणाम व्हावा म्हणून स्वतःच न्यायासनाचा ताबा घेतो. सर्वज्ञ असल्याच्या खोट्या अहंमध्ये नियती नियोजित गोष्टी बदलू पाहतो. काही काळ आपण नियतीचे निर्णय बदलले या सुखाभासात कृतकृत्यं झाल्याच्या समाधानात राहतोही; पण नियतीइतकं कोण स्थितप्रज्ञ असतं? ती तिच्या थंड शांततेनं सारे हिशेब सव्याज परत करते.

काल कोल्हापूर रेल्वेस्टेशनच्या प्रतीक्षालयात इंदू खोब्रागडेला पाहिलं आणि स्वतःच्याच नजरेतून इतका पडलो की, आता हा सल आयुष्यभर सलत राहणार. जीवनाच्या अशा या टप्प्यावर हे सत्य समोर आलं की सावरायला, पुन्हा नीट घडी बसवायला काही हाती उरलेलं नाही. हा डंख आता आयुष्यभर माझी वेदना ताजी ठेवणार. पश्चात्तापही करता येत नाही आणि प्रायश्चित्तही घेता येत नाही.

तीस-एकतीस वर्षांपूवी तासगावी असताना एके दिवशी ऑफिसात फोन आला दिनूचा की, तात्काळ निघून ये. मी लगोलग लातुरात पोहोचलो. दिनू बसस्टॅण्डवर वाटच पाहत होता. त्याचा चेहरा चिंताग्रस्त वाटत होता. मी त्याच्याजवळ

जाताच त्यानं माझा हात धरला. मला ओढतच त्यानं एका हॉटेलात कोपऱ्यातल्या टेबलावर नेलं आणि म्हणाला, "भानू, अप्पानं बोरगव्हाणची एक पोरगी माझ्यासाठी पसंत केली आहे. लग्नाची तारीखदेखील काढली. मला त्या दिवशी त्यांच्याशी जास्त बोलता नाही आलं; पण... पण... आता तू जा वाडपिंपळीला अन् अप्पांना सांग मी हे लग्न करणार नाही."

"पण का? तुला पोरगी पसंत नाही का?"

"अरे बाबा... मी... मला... इंदूशी कमिटमेंट आहे. मी वचन दिलंय तिला लग्नाचं. आता लग्न करायचं तर इंदूशी किंवा मग कुणाशीच नाही."

"कोण ही इंदू?"

"हं. इंदू खोब्रागडे."

"खोब्रागडे? बापरे!"

"म्हणजे तूही? तुलाही हे अप्पासारखं खाणदान बुडवं वगैरे वाटतं की काय?"

"नाही रे! पण तुझ्या त्या शहाण्णवकुलीन बापाला मी हे सांगायला गेलो की, मुलगी जातीनं महार आहे. तर अप्पा शहाण्णव तुकडे करतील माझे!"

"हे पहा भानू, मला आता यात मदत करण्यासारखं तुझ्याशिवाय कोणीच नाही. मला इंदूशी लग्न करता नाही आलं तर. तुला सांगतो भानू, ती तर करेलच आत्महत्या; पण मीही जिवंत राहणार नाही."

मला दिनूचा हळवा पुस्तकी स्वभाव माहीत होता. तसा त्याचा पोतच वेगळा होता. मी त्याला कसं समजवावं याचा विचार करू लागलो. मी त्याला विचारलं, "पण तुला मुलगी न दाखवताच कसं परस्पर ठरवलं अप्पांनी? आणि तू काही बोलला कसा नाहीस काही. निदान तुझ्या या प्रेमाची कल्पना तरी द्यायचीस..!"

***

"तसं मी सांगणार होतो. मागच्या दिवाळीत गेलो तेव्हा; पण ही पूर्ण कल्पना द्यायची हिंमत झाली नाही. वाटलं अजून दोन-तीन वर्षं जाऊ द्यावी. तोवर धाकट्या विमलचं लग्न होऊन जाईल मग तणाव जरा निवळून जाईल. कारण माझ्या अशा लग्नानं तिच्या लग्नाला प्रॉब्लेम येऊ शकतो. केवळ लग्नं लांबवावं म्हणून विचार केला की मुलगी ग्रॅज्युएट हवी अशी अट घातली की, जरा लग्न लांबेल तरी... विमलचं लग्न झाल्यावर मग भलेही बंडखोरी करून का होईना

मला हे लग्न करता येईल. असं वाटलं की, त्या पंचक्रोशीत तरी अप्पांना अशी शहाण्णवकुलीन ग्रॅज्युएट वधू सापडणं सहज शक्य नाही... पण त्यांनी म्हटलं की, एवढंच ना? ठिकाय अन् शोधून काढली ही बोरगव्हाणची शहाण्णवकुलीन ग्रॅज्युएट!"

आता प्रश्न तसा गुंत्याचाच झाला. अप्पाचं खानदानीचं भूत किती दांडगट अन् प्रभावी आहे, हे मला चांगलंच माहीत होतं. कुण्या इंदू खोब्रागडेसाठी वाडपिंपळीची सुधारित संस्कृती ३०वर्षं पुढे जाणार नव्हती. तसाही आमचा समाज आणि त्यातही हे शहाण्णवकुलीन मराठे इतर अनेक बाबतीत तडजोड करतील, कष्ट, दुःख पचवतील, पराभव पचवतील; पण सोयरिकीची वेळ आली की, त्यांची देशमुखी शहाण्णव अंगुळे वर येणार. ऐहिक आयुष्याची वैयक्तिक जीवनात धुळधाण झाली, तरी बेहत्तर; पण अक्करमाशाशी सोयरीक? पोरगी नरकात ढकलतील; पण कमअस्सलांशी सोयरीक? अजिबात करणार नाहीत आणि इथं तर अगदी महाराशी सोयरीक? भेदाभेद अमंगळ... पण पोथीपुरताच. या साऱ्या गोष्टी पटो न पटो भेदणं, दिनूच काय, मला आणि माझ्यासारख्या हजार पोरांनाही अजून तीस-चाळीस वर्षे तरी अशक्य आहे. हे समजतं का दिन्याला, त्याची एकंदरीत अवस्था कठीण झाली होती आणि त्याचं हे प्रेमाचं बालिश वेड... मी त्याला समजावणीच्या सुरात म्हटलं, "दिनू, जरा वास्तवात ये. हे प्रेमबिम काय एक बुडबुडा असतो तारुण्यावस्थेतला. चटकन येतो आणि चटकन फुटतो... त्याला इतकं सिरिअस नसतं घ्यायचं. असं प्रेम तर मी मिळेल त्या मॉडूला दाखवतो. आणि खरं सांगतो दिनू, अशा आणाभाका घेऊन झाल्या... भावनाच्या पुरात वाहून गेलं की, सहज किनाऱ्याला लागून अशा अस्थायी संबंधांना विराम द्यायचा. कितीजणींच्या लग्नात बुकेबिके देऊन हजेरी लावलीय मी. कुठे काय बिघडलं? आपापल्या जागी सारेच सुखात आहेत. म्हणून म्हणतो दिन्या, वास्तवात ये. कुठल्या युगातल्या निष्ठेच्या गोष्टी करतोस?" अरे बाबा, व्यवस्थेनं लग्नाशिवाय या प्रेरणेच्या पूर्तीला परवानगी दिली नाही; पण म्हणून असं थांबता येतंय का? आणि म्हणूनच केवळ परस्परांनी समान ध्येयासाठी काही काळ केली तरी तडजोड म्हणून विसरून जायच्या अशा गोष्टी. अप्पा तुझ्या या दलित प्रेयसीला घरची लक्ष्मी बनवतील ही शक्यताच किती? तेव्हा बाळा, सोड या गोष्टी."

“नाही भानू, मला नाही पचत अशा गोष्टी. इंदू आणि मी कुठल्याच ‘असल्या’ प्रेरणांसाठी जवळ आलेलो नाहीत आणि कृपा करून तू तुझ्या मॉडूच्या पंक्तीत माझ्या इंदूला बसवू नकोस. ती खूप वेगळी मुलगी आहे. तिच्याबद्दल असा विचारही करणं खरोखर पाप आहे.”

“प्रेमात पडलं की, वाटतं तसं आपल्याला; पण मोहाच्या क्षणात, संधी असेल तर संयमाचे कधी बारा वाजतात ते कळतच नाही.” “भान्या आपल्याच मापानं मोजू नकोस. अरे असा विचारही केला नाही. मी अन् तिनेही. फार धीर गंभीर आणि साधी पोरगी आहे रे ती!” दिनू, “ज्याच्या आयुष्यात मोहांचे क्षण आले नाहीत ना, त्यानं संयमनाच्या वल्गना करू नयेत.” हे ऑस्कर वाइल्डनं म्हणून ठेवलं आहे.”

“चूप बस्स आता! खड्ड्यात गेला तू न् तुझा ऑस्कर वाइल्ड! तू पाहिलंस इंदूला? न पाहतासवरता असं वाट्टेल ते पाजळू नकोय. मला मदत करणार आहेस का?”

दिनूच्या मानसिकतेत फरक होणार नव्हता आणि आता माझा कुठलाही प्रॅक्टिकल सल्ला तो स्वीकारणार नव्हता. तेव्हा म्हटलं, “काय करू? सांग. होईल ते, तू म्हणशील ते सारं करतो.” “तू असाचं, आताच वाडपिंपळीला जा. अप्पाला मी जगणार नाही, अशी भीती घाल आणि प्लीज माझी ही सोयरीक मोडण्यासाठी तरी कनव्हिंयन्स कर.”

“ठीक आहे. जातो मी; पण अप्पांना मी लहानपणापासून ओळखतो. त्यांना हे सांगताना मला घाम फुटणार आहे. चार शिव्या, चार दणकेही मिळतील. तरीपण ते माझं काही ऐकतील असं मुळीच वाटत नाही. तरीपण बघतो. जीजीला, दगडूभाऊला बोलून बघतो.”

दिनू खूप हळवा झाला होता, कासावीस होऊन बोलत होता. त्याची कीव येत होती; पण एकाच गावात लहानचे मोठे झालेलो आम्ही. या देशमुखी ताठ्याला चांगलेच ओळखून होतो. अप्पा एकतर कालचं पोर म्हणून हा विषयच बोलणार नाहीत मला अन् असं काही सांगायला गेलो तर बूट फेकून मारतील. याची पूर्ण खात्री मला होती, तरीपण दिनूला म्हणालो,

“दिनू तू पुन्हा एकदा विचार करावास, असं मला वाटतंय. ‘इंदू’ हे प्रकरण अख्खा वाडपिंपळीलाच जड जाणार आहे. अजूनही विचार कर. प्रेमबिम मनातच ठेव आणि लग्न करून टाक ठरल्या पोरीशी.”

दिनूच्या डोळ्यातून धारा वाहत होत्या. म्हणाला, "भानू, तूच एकटा असा आहेस की, मला ही सोयरीक मोडण्यास मदत करशील. प्लीज भानू फक्त ही सोयरीक मोड. विमीच्या लग्नापर्यंत माझं लग्न लांबव बास..."

प्रकरण वाटतं तितकं सरळ दोन्ही बाजूंनी नव्हतं. मी खरं तर त्याची अन् माझीही समजूत घालून वाडपिंपळीला निघालो.

वाडपिंपळीला आलो तेव्हा रात्र झाली होती. शेवटची एस.टी. फाट्यावर सोडून निघून गेली. चांदणं पडलं होतं. धूसर उजेडात मी चालत होतो. अकरा-साडेअकरा वाजून गेले होते. आता वाटेवर कोणी भेटेल याची शक्यता नव्हती; पण देवानं पाठवावा तसा लोहाराचा जगू सायकलवरून जात होता. मला पाहून अंधारात खात्री पटल्यावर म्हणाला, "चला भाऊ, डबलशीट नेतो. बाराच्या पुढं आमोशा लागते. एरवाळीच पोहोचू." मी पडत्या फळाची आज्ञा घेऊन त्याच्या मागे सायकलवर बसलो. तेव्हा रस्ताभर त्याची बडबड चालू होती. "दिनूभाऊचं लगन ठरलं... गावाला जंगी पंगत दिली... नवरदेव आला नाई. सुटी भेटली नसन दिनूभाऊले. आता मोठा साहेब म्हटल्यावर हे आलंच म्हणा... पण अप्पानं तर लय जंकशन तयारी चालवली. दोन हाजार पत्रिका छापल्या. कुठं-कुठं धाडल्यात बी. लग्न तर अजून दीड मैना लांब हाये; पण अप्पाला काय जल्दी झाली काय माहीत. त्यायनं तं बापा सारं गाव डोक्यावर घेतलं."

अशी बरीच बडबड करून जगूनं माझी हिंमत कमी केली. मैदानात उतरायच्या आधीच धीर पार संपवून टाकला. दिनूचा चेहरा आठवून माझ्या मनातही कासाविशी दाटत होती.

दुसऱ्या दिवशी मोठा धीर एकवटून मी वाड्यात गेलो. जीजी ओसरीवर बसल्या होत्या. म्हणजे अप्पा घरात नव्हते.

उगाचच थोडा सैलावलो. जीजीजवळ बसलो. त्या त्यांच्याच नादात होत्या, म्हणाल्या, "भानू मधीच आला. आता लग्नाले सुट्टी मिळलं का तुले? अन् नाई बी मिळाली तरी बी घ्या तं लागीनच." अनायसे दिनूच्या लग्नाचा विषय निघाला तेव्हा जीजीकडे सरकून बसत म्हणालो, "जीजी, दिनूनंच पाठवलं मला. तुमच्याशी, अप्पाशी काही बोलायचंय मला." जीजीनं प्रश्नार्थक चेहऱ्यानं पाहिलं. मी कसाबसा सांगू लागलो, "जीजी दिनूचं लग्न सध्या करायचंच नाही म्हणतोय तो. ही सोयरीक मोडावी असं सांगूनच पाठवलं त्यानं मला."

"काहून? तो म्हणतो तसंच त शिकेल पोरगी पाह्यली त्याले. आन् आता असा आडकाडी का आणतो तो?"

"जीजी त्यानं पोरगी तिकडंच पसंत केली."

"आता माय! कोन व्हये ती?"

"त्याच्या आफिसातलीच आहे. इंदू खोब्रागडे म्हणून!"

"काऽऽय?" तिच्या हातातली दाळीची परात खाली आदळली आणि त्याच आवाजात बैठकीच्या दारातून अप्पांचा संतापलेला आवाज आला, "भान्याऽऽ. मुंडी मुरगाळून हाती देईन. भडव्या, हेच धंदे शिकले का तुमी? शिकेल पोरगी पायजे म्हटलं पोरगं; म्हणून चांगली बी.ए. पोरगी ठरवलीत. आता हे रंग दाखवतं का? मसन्या, तुले का त्याची वकिलकी कराले धाडलं का त्यानं? त्याले सांग हे चाळे बंद कर. नाहीतर तुकडेच करतो त्याचे अन् तुहेबीन," मी कधी उठून उभा राहिलो ते माझे मलाच कळले नाही. थरथरणारे पाय सावरीत बोबडी वळली बोलायचा प्रयत्न करू लागलो., "अप्पा, तसं नाही... पण... दिनूच... तोच म्हणाला की, इंदूशिवाय कोण्या पोरीशी लग्न केलं तर जितं मढं होईल त्याचं. मी... मी समजावलं त्याला पण...

जीभ टाळूला चिकटल्यासारखी तोंडून शब्द निघेना... जीजीच अडखळत म्हणाल्या, "आवो जरा धीरानं घ्या. तरणं पोरगं, डोक्यात राख घालून घ्याचं. जीव बीव दीन तं..."

"गप्प बैस. त्यानं जीव द्याचा का नाई ते मंग ठरन; पण जर का हे लग्न मोडलं तर त्याच्या नावानं आंगूळ करीन मी. मेलं माहा पोरंग म्हून आन् तू मधात बोलशील तं तुह्याबीन नावानं, समजन यकच पोरगं हाये मले... आन् ये सरणफुक्या, तुले का लय अक्कल आली का बे? टाक मले शिकवायले निंगला ते! चार बुकं शिकून का लई ग्यानी झाले का तुमी? लगी प्रेमबिम शिकवाले लागले आमाले? निसतं नावच घे म्हणा त्या मसण्याले. कुऱ्हाडच घालतो डोस्क्यात..."

अप्पांच्या समोर शब्दही काढणं महाकठीण झालं तसा मी खालमानेनं वाड्याबाहेर पडलो. सरळ गावखुरात आंब्याखाली एकांतात बसून राहिलो. दिनूचा चेहरा आठवत होता. आता कसलाच उपाय नाही हे लक्षात आलं होतं. कितीही ठरवलं तरी आता हे प्रकरण हाताळता येणं शक्य नव्हतं. तसं आतून वाटतच होतं की,

हा समाज एक महार जातीची पोरगी स्वीकारणार नाही. दिन्या पहिल्यापासूनच एक फारच भोळा गडी राहिला. नुसता पुस्तकी, हळवा. त्याची सहानुभूती वाटते, त्याहून जास्त त्याच्या मूर्खपणाचा राग जास्त येतो. त्याच्या अतिरिक्त संवेदनशीलतेचीच आता चीड येतेय. बुद्धी नाही का या गाढवाला? देशाला स्वातंत्र्य मिळून ३३-३४ वर्षे झाली, तरी गावात अजून आपल्याच घरी तुटक्या कानाच्या कपात किंवा प्लॅस्टिकच्या बेकार न वापरायच्या पेल्यात चहा देतात. तोही त्या पेल्याला स्पर्श न करता...

अजूनही महारणीनं घासलेल्या भांड्यावर पाणी शिंपडून शुद्ध केल्यावरच ते भांडे वापरायला घेतात. पोळ्याच्या दिवशी गुलालाचा कागद महाराकडे देतात, त्याचा तो कपाळी लावतो. असल्या मूर्ख अन् मुजोर समाजात महारणीला घरची लक्ष्मी बनवून आणणं म्हणजे बाप्याला गरोदर करण्याइतकी अवघड गोष्ट आहे हे कळत का नाही या दिन्याला? आता त्याला फोन करून सांगावं आणि सरळ तासगावी निघून जावं, असा विचार करून मी आमच्या घरी पोहोचलो. अप्पा बापूंशी तावा-तावानं बोलत होते; "दिन्याची वकिली करू नको म्हणा भान्याले आन् बापू तुमाले सांगतो. हे कार्ट बी गुतून टाका जल्दीनंच. हे नसते धंदे सुचून राहिले त्याहिले. येरीच आकळा पोराले. नाइतं मंग लईच अवघड हून बशीन सारं. मनानं लग्नं कराचे असतीन त गावात पाय ठिवू नका म्हणा त्यायले." हा प्रकार आता असह्य झाला होता, तर बापूंचा आवाजही चढलेला; "अप्पा, तुमी कहाले? मीच मुसकाडतो आता भान्याले. डोळ्यामागं आसले धंदे करीत आसतीन कार्टे त मंग न्यारंच झालं. फालतू शिकाले पाठोलं त्यायले..."

मी पार गार झालो. चुपचाप मागल्या दारानं माडीवर जाऊन झोपलो. झोप येत नव्हती. दिनू-इंदूचं लग्न हा विषय मनातही चर्चायची भीती वाटू लागली. दुसऱ्या दिवशी गुपचूप कोणालाही न भेटता निघालो. दिनूला फोनवर झाला प्रकार सांगितला. मी बरबाद होईन, मी कोणासोबतच संसार करू शकणार नाही वगैरे बोलून झालं; पण काय करणार... करता तर काहीच येत नव्हतं. मी गावी आणि दिनूशीही बरेच दिवस संपर्कच ठेवला नाही. नंतर कळालं की ठरल्या दिवशी आणि ठरल्या पोरीशी दिनूचं लग्नं झालं. दिनूशी काय बोलावं हा प्रश्न होता आणि पुढे काय झालं याची उत्सुकताही होती. मला हेही कळालं की दिनूच्या लग्नात मला मुद्दामच बोलावलं नाही आणि नेमका योगायोग असा

आला की, माझी बदली दिनूच्या हेड ऑफिसला झाली. प्रमोशन होऊन दिनूचा बॉस बनलो होतो; त्या निमित्तानं मी दिनूला ऑफिसात फोन केला. तेवढ्यास तेवढं बोलून त्यानं फोन ठेवला. मी जॉईन व्हायला आलो तेव्हा साहजिकच दिनूच्या घरी उतरलो. दिनूनं हसून स्वागत केलं. रविवार होता. तो घरीच फायली काढून बसला होता. मलाच नव्या नवरीसारखं छातीत धडधडत होतं. हॉलमध्ये खुर्चीत बसलो. तेव्हा लक्षात आलं, खिडक्यांचे राघूमैना, रंगवलेले पडदे, फोनवर विनलेलं धाग्याचं अच्छादन, काचा-मणी लावलेलं वॉल हँगिंग, प्रत्येक दारावर विराजमान तोरण, घराचा चकचकीतपणा या गोष्टी इथे सुगृहिणी राहते हे दर्शवणाऱ्या होत्या. मला समाधान वाटलं. नववधू आपला पदर डोक्यावर ओढून हॉलमध्ये आली. मी तिचा मोठा दीर-भावसासरा होतो. मला वाकून नमस्कार करून घाईनं ती आत गेली. एक गंभीर शांतता आमच्यात ताणलेली होती. दिनूचा चेहराही गंभीर होता. काय बोलावं कळेना. अवघडल्यासारखं मख्ख बसून राहिलो. मी दिनूकडे पाहिलं. गालफडं बसून चेहऱ्याची पार रयाच गेली होती. नवा संसारी वाटत नव्हता. खूप काही सोसतोय-लपवतोय, असं वाटत नव्हतं. तो उठून पाणी आणायला गेला, किचनच्या दारातून त्याची बायको ट्रेत ग्लास भरून आणताना पाहून तो मागे सरकला. तिने चहाही आणून दिला; पण एक शब्दही बोलली नाही. रात्रीचे जेवणही मूकपणे अवघडल्या स्थितीतच झाले. रात्री नऊ वाजता तिने दोन गाद्या हॉलमध्ये अंथरल्या. मला आणखीच अवघडल्यासारखं झालं. गाद्यांवर चादरी व्यवस्थित लावून ती बेडरूममध्ये गेली. दरवाजा लागल्यावर मी दिनूकडे पाहिलं. रात्री दिनूला बोलतं केलं तेव्हा त्यानं सांगितलं की, त्यानं ऊर्मिलाला-त्याच्या पत्नीला सांगून टाकलं, पहिल्याच दिवशी की, हे लग्न बळजबरी झालंय, मी हे मजबुरीत केलं आणि इंदूखेरीज पत्नी म्हणून कोणीही माझं होऊ शकणार नाही. तुम्हाला राहायचे तर राहा अथवा कुठेही जाऊ शकता. मात्र 'नवरा' म्हणून कधीही माझ्याकडे पाहू नका. रडण्याखेरीज ती आजवर काहीच बोलली नाही. रोज हॉलमध्ये ती स्वतःच माझी गादी घालते. मी तिला माझं काम तुम्ही केलेलं मला आवडत नाही, असंही सांगितलंय... खरं तर येथे येऊ नये असा निरोपही दिला होता; पण अप्पांनीच तिला आणून घातलं. वर म्हणालेही की, आगीजवळ लोणी किती दिवस न पघळत राहील.

हे सांगताना त्याच्या चेहऱ्यावरची कासाविशी दिसत होती. मी त्याच्या खांद्यावर हात ठेवला तसं हमसाहमशी रडत त्यानं मला गच्च मिठी मारली.

त्याचा सोज्वळ स्वभाव त्याला शांत राहू देत नव्हता. त्याचं प्रेम हे त्याच्या मते एकदाच होणारं नि कधीच न संपणारं होतं. ऊर्मिलेवर होणारा अन्याय त्याला अपराधी करीत होता आणि इंदूवर झालेल्या अन्यायाच्या झळा तो स्वतः भोगत होता. माझ्या दृष्टीनं त्याचं दुःखं मूर्खपणाचं वाटत होतं; पण म्हणून त्याच्या वेदना कमी नव्हत्या. मी म्हटलं, "दिनू, सगळ्याच गोष्टी मनासारख्या व्हायला आपण देव नाही आहोत रे! आणि देवांना तरी कुठं सारं जमवता येतं? समोर आलेलं ताट निमूटपणे स्वीकारावं. त्यातच शहाणपण आहे. त्यात काही दोष नसताना ऊर्मिलावहिनीची तडफड फार जास्त आहे."

"मलाही हे त्रस्त करतंय. ऊर्मिलेशी कसली दुश्मनी करतोय मी? पण इंदूचाही काहीही दोष नाही रे! आधी दहादा म्हणाली, ही वाट अवघड आहे. मला स्वप्न दाखवू नकोस; पण मी जणू सारं काही हातात असल्यासारखं तिला सांगत होतो दुनिया इकडची तिकडं झाली, तरी लग्न इंदूशीच करीन. मी-मीच ओढलं तिला या साऱ्यात. किती मागे-मागे फिरत होती ती! म्हणाली होती एकदा दिनू, मी इतकी भाग्यवान नाही रे की सहजासहजी तू माझं भाग्य बनशील! प्रत्येक वेळी मीच तिला भरीला घातलं. विश्वास दिला मी तिचाच असण्याचा.

"तिच्याशी काही बोलणं झालं?"

"नाही. स्टाफ सोबत तिलाही पत्रिका दिली. त्या अगोदर फोनवर कल्पना दिली होती. पुन्हा फोन घेतला नाही तिनं. कळलं की, विदाऊट पे रजा घेऊन गेली ती. तिच्या खोलीवर गेलो तर दाराला कुलूप. आज कळालं की, तिनं तारापूर शाखेवर बदली करून घेतली.

हे सारं सावरावं, मुख्य म्हणजे दिन्याचा संसार सुरळीत व्हावा, असं खूप वाटतं होतं; पण कसं? काही मार्ग दिसत नव्हता. दुसऱ्या दिवशी चार्ज घेऊन निघून गेलो. पंधरा-वीस दिवस क्वार्टर मिळवणे वगैरेत गेले. जेवणापुरता दिनूकडे जात होतो. ऊर्मिलाशी संवाद साधण्याचा प्रयत्न करत होतो. 'हो'- 'नाही' खेरीज ती काही बोलत नव्हती. दिनू घरात एखाद्या अपराध्यासारखा वावरत होता. मुद्दाम एकदा तो घरी नसताना मी त्याच्या घरी गेलो. ऊर्मिलावहिनींनी दार उघडलं. तिनं नेहमीसारखंच डोक्यावरचा पदर पुढे ओढत पाणी दिलं

आणि जेवणाची तयारी करू लागली. मी तिला हॉलमध्ये बोलावून विचारलं, "वहिनी, मला सारं, अगदी लग्नापूर्वीपासूनचं सारं माहिती आहे. म्हणूनच त्यासंबंधी तुमच्याशी चर्चा करायला आलो.

'ह!' तिचे डोळे भरून आले. मला आत अगदी तुटल्यासारखं वाटू लागलं.

"वहिनी, तुम्ही माहेरी सांगितलंत?" मी विचारलं.

"नाही. कुणाला कसं सांगू? आई तर अथंरुणावर आहे. भाऊ काय करेल? तो बाबांना खूप विरोध करीत होता की, बारावी पास पोरगी ग्रॅज्युएट म्हणून त्या नवऱ्या पोराची समजूत करून देणं पुढे महागात पडेल म्हणून; पण अप्पांनीच तसं सांगायला सांगितलं होतं!"

"म्हणजे? तुम्ही बी.ए. नाही केलं? अरे बापरे!..

पण जाऊ द्या आता तुम्ही काय ठरवलं?"

"काय ठरवणार? माझ्या हाती आहेच काय काही ठरवायला. मागे-पुढे अंधार दिसतो. खरं सांगायचं तर जगायचं कशाला, हाच प्रश्न आहे समोर. पोरीची जात मुक्या गायीची असते.

गळ्यात पडल्या त्या दाव्यानं बांधलं त्या खुंट्याला नशीब घासत राहायचं दुसरं काय?"

तिचा आवाज पिळवटून निघत होता. अगतिक चेहऱ्यानं कोवळ्या स्वप्नांचं विखुरणं ती सहन करीत होती. तिची कशी समजूत घालावी ते कळेना, आत कळवळायला होत होतं. दिनूची अवस्थाही अशीच अगतिक झाली होती. आतून-मनातून वाटत होतं, काही तरी केलं पाहिजे. मलाच या तडफडणाऱ्या जीवांसाठी काही तरी केलं पाहिजे; नव्हे ते माझंच कर्तव्य आहे. मी बराच वेळ शांत बसून राहिलो. ऊर्मिला भिंतीला टेकून उभी होती. अनावर हुंदक्यांनी गदगदत होती. तिला कसं शांतवावं कळेना. मी उठून उभा राहिलो आणि तिला म्हणालो, 'ऊर्मिला वहिनी, माझ्यावर विश्वास ठेवा हे सारं सुरळीत केल्याशिवाय मी शांत बसणार नाही." आणि चटकन बाहेर पडलो. सरळ दिनूच्या ऑफिसात गेलो. तो जागेवर नव्हता. ऑफिसात कळालं की, तो तारापूर ऑफिसला गेलाय. मला उगाच चीड आली. मनात त्याला खूप शिव्या घातल्या आणि तडक तारापूरला पोहोचलो. तिथल्या ऑफिसातून कळालं की तो खोब्रागडे मॅडमसह कुठे बाहेर गेलाय. दिनूचा अतिशय राग येत होता. दोन मुस्काटात माराव्या असं वाटत

होतं आणि त्या क्षणी तो मला भेटला असता तर मी मारल्याही असत्या. साल्या, शेपूट घाल्या, बापाविरुद्ध जाता आलं नाही. निमूट लग्न केलंस अन् आता अशी मर्दुमकी दाखवतोस काय? मी बोलत होतो तेव्हा नीतिमत्तेच्या बाता करीत होतास. आता कुठं गेली ती नीतिमत्ता तुझी! रात्रभर त्याचा राग राग करीत राहिलो. दुसऱ्या दिवशी त्याच्या घरी गेलो. तो झोपलेला होता. ऊर्मिला वहिनी हॉलमध्ये बसून कसलसं भरतकाम करीत होती. डोळे सुजलेले वाटत होते. म्हणाली, भौजी, ह्यांनी काल रात्री आणि आजही काहीच खाल्लेलं नाही. रात्री उशिरा आले तसे झोपलेलेच आहेत. मी त्याच्याजवळ पोहोचलो. लक्षात आलं तो दारू प्यायला होता. दिनू आणि दारू? या आधी हा विनोदच वाटला असता. प्रकरण अधिकाधिक किचकट होत चाललं होतं. घरात काही बोलणं बरोबर नाही म्हणून मी बळजबरीनं त्याला बाहेर घेऊन गेलो. त्याला विचारलं की, काल तारापूरला जाणं, दारू घेणं हे काय चाललंय? त्याचे डोळे लाल झाले होते. दारू आणि रडणं यामुळे ते सुजलेही होते.

✠✠✠

तो म्हणाला, "भानू काल ऑफिसात गेलो तेव्हा कळालं की काल आवरगावकरनं इंदूला काही त्रास दिला. आता तुम्ही मोकळ्या आहात बाई. आता आम्ही रांगेत आहोत. आमचा नंबर यायला काय हरकत आहे, असं म्हणत तिच्या खुर्चीच्या बॅकला रेलून उभा राहिला म्हणे."

"मग पुढे काय झालं? काय म्हणाली ती?"

"काहीच बोलली नाही म्हणे ती. त्यावर पुन्हा तो तिला लाघटपणे म्हणाला की, देशमुख साहेब आता नव्या नवरीत असे गुंतलेत की, ऑफिसात चार-चार दिवस येत नाहीत. आता नवं लग्न-गावाकडंची खानदानी पोरगी... ऑफिस जरा बाजूलाच पडणार म्हणा. अन् खोब्रागडेबाई तुम्ही तर आता लांब पडलात बघा. पार तिकडं तारापूरला अगदी बाजूला पडलात आणि एवढं म्हणून थांबला नाही तर सिगरेटचा धूर सोडत खुर्चीला टेकत वाकून उभा राहिला म्हणे."

"कोणी सांगितलं तुला हे सगळं?"

"भिवसने चपराशानं."

"याच्या अशा वागण्याचा काहीच प्रतिकार केला नाही इंदूनं?"

"नाही, ती उठून निघून गेली म्हणे तिथून."

"बरं. मग तू तारापूरला का गेला. तिथंही ऑफिसात नव्हतासच."

"हो. मी हे ऐकून तडक तिला भेटायला गेलो. तिला विचारलं आवरगावकरला चांगलं मुस्काडलं का नाहीस. तर म्हणाली की, कुणाकुणाला मुस्काडायचं? चूक तर माझीच झाली होती ना? आज या स्थितीला खरं कोण जबाबदार आहे? तुझे अप्पा, समाज, जात या गोष्टी तर होत्या तशाच होत्या. पुढंही राहतील. समजायला आपल्याला हवं होतं. त्यातही मला. माझी लायकी विसरण्याची एवढी मोठी चूक केलीय मी. इच्छेला उमेदीचे पंख असतात; पण पायांना असे अनेक खिळे ठोकून जमिनीत रोवलेलं असतं. पंखांना मिटून घेणंच शहाणपणाचं ना? मी मिटवून घेतलंय. तू आता नव्यानं सारं सुरू कर. सुखी राहा आणि आता आपण पुन्हा न भेटणंच शहाणपणाचं; यानंतर मात्र मी कितीही प्रयत्न केला तरी ती एक अक्षरही बोलली नाही. तिच्या आजारी आईला भेटू म्हटलं तरी निक्षून नाही म्हणाली. मला स्वतःच्या अगतिकतेचा, स्वतःचा संताप येत होता. कुणास ठाऊक बरोबर का चूक; पण स्वतःचा गांडूपणा मी दारूत बुडवायचा प्रयत्न केला."

हे सारं बोलताना त्याचा आवाज विलक्षण शांत होता आणि त्यामुळेच खरं तर त्याच्या आतलं वादळ रौद्र आहे हे लक्षात येत होतं. त्यानं स्वतःला झिजवून घ्यायचा निर्णय घेतला होता जणू. मी त्याला काहीही कर; पण आज दारू घेऊ नकोस, अशी गळ घातली. त्याला दारू पचलीच नव्हती. तो म्लान वाटत होता. मी त्याला घरी सोडलं. जबरदस्तीनं दोन घास खायला लावले. आता ऑफिसात जाणं योग्य नव्हतं. आठ दिवसांची रजा घेतली. तारापूरला इंदू खोब्रागडेला भेटायला गेलो. जणू काहीच झालेलं नाही अशी ती भेटली. त्या तालुका असलेल्या गावात तिनं तीन खोल्यांचं छोटंस घर भाड्यानं घेतलं होतं. मी डायरेक्ट पत्ता काढून घरी पोहोचलो. तिला आश्चर्य वाटल्याचं दिसलं; पण मग तिनं स्वागत केलं. हॉलवजा खोलीच्या उजव्या हाताला थोडं उंचावर किचन होतं. डाव्या बाजूला एक आणखी अंधारी खोली होती. गल्लीच्या खूप आतल्या बोळात हे घर होतं. आत खूप अंधार असलेलं. चहापाणी झाल्यावर मीच आईला भेटू म्हटल्यावर ती त्या खोलीच्या दिशेनं वळली. तिच्या पाठोपाठ मीही वळलो. दारातच लघवीच्या वासाचा भपकरा आला. आतल्या अंधाराला डोळे सरावायला

काही वेळ गेला. अंथरुणावर तोंड पूर्णपणे वाकडं झालेली तिची कृश आई पडलेली होती. तिरक्या झालेल्या ओठातून चिकट लाळ गळत होती. त्या कृश देहात कुठलं चैतन्यच उरलेलं दिसत नव्हतं. एकूणच भकास... नकोसं असं ते वातावरण. तिनं आईला आवाज देऊन म्हटलं की-आमचे साहेब आलेत आई तुला भेटायला. म्हातारीनं कष्टानं डोळे वळवले. मला पाहायची धडपड केली आणि काहीतरी पुटपुटली. इंदूनं मला सांगितलं की, ती 'नमस्कार' म्हणतेय... मी थोडं हसून 'नमस्कार', कशा आहात म्हटलं... निघून आलो. काय विचित्र गुंतवळ झाली होती. हा गुंता उकलावा तितका वाढतच चालला होता. काय करावं... शेवटी सरळ गावी निघून गेलो. जीजीनं विचारलं, "गेला होतास का दिनूकडे म्हणून." मी सांगितलं की, त्या दोघांचा संसारच सुरू झाला नाही. चिंताक्रांत होत जीजी स्वतःशीच म्हणाल्या; काय होईल देवाले माहीत बापा! मग मला म्हणाल्या, 'भानू समजून सांगावं ना तूच त्याले. पदरी पल्डं ते देवा बामणाच्या साक्षीनं हौ म्हणावं. अरे खानदानी ते खानदानी राहते. पाहाय बरं मही सून. हा असा वागतो तरी काई मनते का? मुळुमुळु रडते कामाला लागते पोरगी. गरानं नाई आरानं नाई अन् कोणत्या म्हारड्या चलवादीसाठी हे पोरगं सोताच्या संसाराचा उनाळा काहूनच करते हे. त्याले सागं भानू आशिलाचं लेकरू सहन करते. नाव काढते दोही खानदानीचं आन् अशा वाऱ्यावरच्या चलवाद्या तं पायलीले पंदरा भेटतीन..."

मला जीजीचं बोलणं ऐकवेना. वाटलं तिला घेऊन जावं आणि दाखवावं तिची ती पॅरालाइज्ड आई, ते अंधारं घर; आवरगावकरचं वागणं, इंदूचं एकूणच विकलांग झालेलं जगणं आणि तिची ती मलूल धडपड. अप्पा यायच्या आत निघावं म्हणून मी तिथून बाहेर पडलो. एकदा वाटलं मी का या साऱ्या लफड्यात असा अडकत चाललोय? काय संबंध माझा. सरळ बदली करून घ्यावी नि यातून सोडवून घ्यावं स्वतःला फुकटच्या तापातून.

आठ दिवस गावी राहिल्यानं बापू खुशालले होते. लग्नाचा विषयही काढत होते; पण म्हणावी तशी शांती सापडली नाहीच मनाला. आठ दिवसांनी हेड ऑफिसला जॉईन झालो. उमा वहिनीला-दिनूला काय बोलावं-सांगावं?... काही दिवस शांतपणे जाऊ द्यावेत म्हणून काहीच केलं नाही.

दीड-दोन महिने निघून गेले. दिनूच हेड ऑफिसला आला. ताप भरलेला होता. चेहरा म्लान. म्हणाला, "भानू गेले चार शुक्रवार तू तारापूरला गेलास?"

"हो. का?"

"इंदूला भेटलास?"

"हो. का?"

"कशी आहे ती?"

"ठीक. चांगली आहे. का?"

"नाही. बरी म्हणजे जरा मजेत वगैरे..."

"अगदी मजेत आहे. एकदम नॉर्मल."

"नॉर्मल?"

"होय नॉर्मल. का असू नये? साल्या, सारं जग नॉर्मल आहे. ॲबनॉर्मल फक्त तू आहेस."

"भानू खरं सांग ना. खरंच ती मजेत आहे?"

"एकदम मजेत. बॉसची मर्जी कशी "व्यवस्थित" सांभाळावी हेही कळतं तिला चांगलं. चारही शुक्रवार चांगली रस्सेदार कोंबडी खाऊ घातली तिनं मला."

❀❀❀

त्याचा चेहरा पुन्हा पिळवटला. कृश झाला होता. खुर्चीतून उठून उभा राहिला. चक्कर येत असावी. तो खुर्चीच्या हाताला धरून डोळे मिटून उभा राहिला. मी त्याला हाताला धरून जवळ ओढलं. तो चांगलाच तापला होता. त्यांच्या अंगाचे चटके बसत होते जणू! मी त्याला तसंच दवाखान्यात नेलं.

एकशेचार ताप. बापरे! त्याला डॉक्टरांनी ॲडमिट करून घेतलं. मी ऊर्मिला वहिनीकडे गेलो. त्यांना दवाखान्यात त्याच्याजवळ सोडून मी घरी आलो. डोळ्यात नाना विचार येत होते. कुठेतरी बरं वाटलं. या आजाराच्या निमित्तानं ऊर्मिला वहिनी नि दिनू एकत्र येतील असंही वाटू लागलं; पण तसं होणार नव्हतं. दिनूनं त्यांना यायला बंदी केली. तीही मग आज्ञाधारकपणे माझ्याकरवी फक्त डबा पाठवू लागली. त्या साऱ्या निःशब्दतेत तिच्या जीवाचा टाहो ऐकू येत होता! आता मात्र ही कोंडी फोडलीच पाहिजे. काहीतरी केलंच पाहिजे. काय करावं या विचारानं रात्रभर तळमळलो. शेवटी एक सुंदर योजना बनवली आणि स्वतःवरच एवढा खूश झालो की गाढ झोपी गेलो.

दुसऱ्या दिवशी हॉस्पिटलात गेलो. दिनूची तब्येत आज जरा बरी वाटत होती. ताप उतरला होता. मी त्याच्या खोलीत त्याच्या पलंगाशेजारी स्टूल ओढून बसलो. त्याला म्हणालो,

"दिनू, आज फ्रेश वाटतोस तू."

तो थोडंसं हसून म्हणाला, "हं. जरा बरं वाटतंय. आज डिस्चार्ज देणार म्हणाले डॉक्टर. आणि भानू, फार बरं केलंस तू जीजी, अप्पांना कळवलं नाहीस ते."

"हं. आधीच दोन जीव तळमळत आहेत. त्यात आणि त्यांची भर कशाला. म्हणून नाही कळवलं. त्यांचे ओठ सुकले होते. हताशसं निःश्वासत म्हणाला, "नियतीच्या मनात असेल तेच होतं. शेवटी नशीब."

"कुठली मसनाची नियती बे? कधी अन् कुठं भेटली होती ती तुला इंदूवर प्रेम कर असं सांगायला? कुठल्या नशिबानं तोडलं तुला तिच्यापासून? साल्या, गांडू माणसं स्वतःचं नेभळटपण नियती आणि नशीब अशा मोठ्या नावावर खपवतात. तुझ्यासारखे अन् तुमच्यामुळे ऊर्मिला वहिनीसारखीचं जगणं नासून जातं. आधी कळलं नाही तुला, अप्पांसमोर चड्डी अजूनही ओली होते आपली तर कशाला या फंदात पडावं म्हणून? बरं पडला तर चार दिवस मजा मारली. चुकलं. झालं सारं. तर नाही; तुमचे कवी हृदयं कळवळतात. जगातल्या साऱ्या आदर्शांचं कालवण करून जणू तुझ्यात भरलंय. आव असा निःस्पृह त्यागी महात्म्याचा की बस! पुतळाच उभा करायला पाहिजे तुझा."

"वाट्टेल ते बोलू नकोस. मीही तर भोगतोयच ना सारं? इंदूही..."

"गप्प बस. इंदूची सावित्री नाचवू नकोस माझ्यासमोर. भडव्या, तुझ्याइतकं मूर्ख कोणीच नाही. फार बोलायला लावू नकोस. इंदू... तुझी ती इंदू काय आहे ना ते माझ्याच तोंडानं वदवू नकोस. सारं ओकलो तर पागल होशील..."

इतक्यात डॉक्टर आत आले. मी गप्प बसलो. डॉक्टर त्याची नाडी पाहत म्हणाले, "कसं वाटतं देशमुख? स्ट्रेस जरा कमी घ्या. आज डिस्चार्ज देऊयात." आणि माझ्याकडे पाहत म्हणाले, 'जरा सुट्टी -बीटीवर पाठवा यांना महिना-पंधरा दिवस. ओ.के.?" डॉक्टर जाताच त्यानं माझं मनगट पकडून विचारलं, "काय-काय सांगत होतास इंदूबद्दल?" एव्हाना माझं उसणं अवसान निवळलं होतं. थोडा घाबरलोही होतो; पण स्वतःला ठाम करत म्हणालो, "दिनू, जगाला ओळखायला शिक रे. किती भोळा आहेस? माझ्यावर विश्वास आहे ना तुझा? मी तुला अगदी शपथेवर सांगतो दिनू, माणूस शेवटी 'स्व'केंद्री असतो रे. असं सारे विचारवंत बोंबलातायेत. चार मोहाच्या गोष्टी समोर आल्या ना की निष्ठा,

वचनं हे सारे कचकड्याचे शब्द होऊन जातात. माणसानं कसं आल्या क्षणाला शरण जावं. चाखावं.. भोगावं."

"भानू, इंदूचं काय ते बोल. मला तुझं तत्त्वज्ञान नकोय."

"सॉरी दिनू, पण विश्वास ठेव माझ्यावर, मी... मला माफ कर... दिनू, खरंच मला माफ कर दिनू पण..."

"आता भान्या पटकन सांगतोस की जीव घेतोस माझा?"

मी खाली मान घालून स्वतःचे डोळे त्याच्या लक्षात येणार नाहीत असे... पण लक्षात यावेच असे पुसले. अगदी खोल निःश्वासत त्याला म्हणालो, "मी इंदूलाही जाळ्यात ओढून पाहिलं. दिनूला पागल करणारी आहे काय ही चीज म्हणून आणि तुला सांगतो दिनू, अपेक्षेपेक्षा फारच लवकर हाती आली रे ती! अगदी विनासायास. केवळ प्रमोशनची लालूच... बास... चारही शुक्रवारी कोंबडी अन् चौथ्या शुक्रवारी... म्हणजे दहा दिवसांपूर्वी ती तारापूरलाच माझ्या आधीन झाली. मोहाचे ते चार क्षण संपल्यावर मला तुझा केविलवाणा चेहरा समोर दिसू लागला. ऊर्मिलावहिनींची सात्त्विक मूर्ती दिसू लागली. तुम्हा दोघांना जिवंतपणी मरणयातना देऊन ती मजेत सारे उपभोग घेतेय... मला स्वतःची किळस आली. मी तिला ढकलून सरळ औरंगाबादला निघून आलो. तू... जगाचा हा मुखवटा फाडून खरा चेहरा पाहून घे. स्वतःला आणि वहिनीला ही छळणं थांबव दिन्या." तो तडकन उठून बसला. माझ्या खांद्याला दोन्ही हातांनी धरून मला गदगदा हलवीत राहिला. खचून गेला होता. हे सारं खोटं आहे, खोटं असावं या अपेक्षेनं मला काही विचारू पाहत होता. त्याचा चेहरा इतका वेडावाकडा झाला की, मला कळेना काय झालं. क्षणभर पश्चात्ताप वाटला की, मी हे असं नको होतं सांगायला. हळूहळू त्याची माझ्या खांद्यावरची पकड ढिली झाली. हताशपणे तो पलंगावर लवंडला. अगतिकपणे त्याने आपले पाय पोटाशी ओढून घेतले. दोन्ही मांड्यांमध्ये दोन्ही हाताची बोटे गुंफून त्यानं थंडीत कुडकुडत असावं असं सारं अंग चोरून घेतलं. त्याच्या मनाला होणारी वेदना जणू त्याच्या शरीरात मावत नव्हती. नाकावरून येणाऱ्या अश्रूंच्या थेंबांची रांग उशीवर ओघळत राहिली. मी शहारून गेलो. निःश्चल उभा होतो. त्याचं रडणं कसं थांबवावं? दहा-पंधरा मिनिटं गेली. मी मग हळूच त्याचे डोळे टिपले आणि त्याच्या डोक्यावर थोपटू लागलो तसा तो हमसून हमसून रडू लागला. आता मात्र माझ्याही नकळत माझे डोळे ओघळू

लागले. थोड्यावेळाने तो स्वतःच्या हाताच्या तळव्याने स्वतःचे डोळे खसाखसा पुसून उठून बसला. जणू भूतकाळ पुसत होता नको असलेला. त्यानं जाण्याची तयरी सुरू केली. मीही निमूटपणे त्या रूममधले डबे, औषधं, थर्मास असं सामान गोळा करू लागलो. साऱ्या फॉर्मॅलिटिज आवरून त्याला रिक्षातून घरी सोडलं. वहिनींना औषधं कशी-किती द्यायची ते समजावून बाहेर पडलो.

एकदा हे सारं केलं खरं पण; पण आता काय होईल याची धास्ती वाटत होती. दुसऱ्या दिवशी इंदूला फोन करून म्हणालो, "मॅडम, एक सांगायचंय. हवं तर सूचना समजा, हवं तर विनंती समजा; पण दिनकरचं जीवित आणि त्याच्या आईची-बायकोची आत्महत्या टाळणं, यासाठी कृपा करून त्याचा फोनवर अथवा कसलाच संपर्क ठेवू नका."

फोनवर तिकडून बराचवेळ काहीच उत्तर आलं नाही. मग मीच पुन्हा म्हटलं, "हॅलो मॅडम, ऐकताय ना? निदान त्याचा तरी संसार नीट होऊ द्या. please..." तुमचं प्रमोशन..."

मला मध्येच अडवत ती म्हणाली,

"मी नाही ठेवणार कसलाच संपर्क. infact नाहीच ठेवलाय मी तो." आणि फोन कट झाला. मला हायसं वाटलं. रात्री दिनूच्या घरी गेलो तेव्हा त्यानं सांगितलं की, तो विदाऊट पे रजा घेऊन महिनाभरासाठी गावी जाणार आहे वहिनीला घेऊन. मी डोक्यावरचं ओझं उतरल्यासारखा सैलावलो.

आणि त्यांच्या संसाराचं सोनं झालं किंवा त्यांचा संसार सोन्याचा झाला.

अठ्ठावीस वर्षे निघून गेली. दिनूच्या मोठ्या मुलीचं लग्नं एका ख्रिश्चन डॉक्टरशी विधिवत झालं. त्याच लग्नाचा स्वागत समारंभ साजरा करून मी औरंगाबादला निघालो. तर कोल्हापूरच्या रेल्वेस्टेशनच्या प्रतीक्षालयात इंदू खोब्रागडे भेटली. कितीतरी म्हातारी वयस्कर वाटत होती. मी तिला ओळखलं नाही. बाहेर पाऊस पडत होता. समोरच्या बाकावर एक कृश चेहऱ्याची स्त्री शाल लपेटून बसली होती. जून महिन्याच्या सुरुवातीलाच येणारा हा पहिला पाऊस जोरदार आणि सुखद होता. मी माझी बॅग टेबलावर ठेवून खिडकीतून बाहेर पाहू लागलो. सिगारेट काढली; पण समोर एक स्त्री आहे म्हणून परत पाकिटात ठेवून दिली. बराच वेळ घुटमळत असलेली ती स्त्री शेवटी धीर करून म्हणाली,

"देशमुख साहेब ना? भानुदास देशमुख साहेब?"

मी प्रश्नार्थक पाहत म्हटलं, "हो. पण... सॉरी... मी ओळखलं नाही. आपण?"

"मी इंदुमती खोब्रागडे. ओळखलं? आय मीन आठवलं? अंगावरून थंडगार झोत जावा तसा चमकलो.

"ओऽ अरे, वा! वा! ओळखलं... पण फारच बदललात तुम्ही. इथं कशा? कुठाय पोस्टिंग?" खरं तर मी रिटायर झालो होतो. कदाचित तिही.

"मी. व्ही. आर. एस. घेतली होती."

"हो का, मग आता काय करता. म्हणजे कुठे असता?... तुमच्या आई वगैरे... कशा आहेत?" काय विचारावं तेही कळेना.

"आई जाऊन सत्तावीस वर्षं झाली."

"ओ, सॉरी. मग आता कुठे राहतात. मुलं... मिस्टर..."

"आई सुटली त्या साऱ्या तापातून. मीही मग शिरपूरला बदली झाली तेव्हा दोन-तीन वर्षांत व्ही. आर. एस. घेऊन निवृत्त झाले. आता एका सेवाश्रमाच्या शाळेत असते. इथंच आटपाटीत."

"आणि मुलं... मिस्टर?"

उत्तर टाळत तिनं विचारलं. "कसे आहेत घरचे सारे..?"

"मजेत. काल दिनूच्या मुलीचंच लग्नं होतं... बरं तुमची मुलं... वगैरे?"

"नाही करता आलं मला लग्न... आई वारली तेव्हा खूपच एकटी झाले. माझ्या चिंतेनंच लवकर गेली ती. अपंग का होईना तिची साथ मला धडधाकट ठेवू शकत होती. पुढं एकटीनं अवघड झालं. डिप्रेशन आलं तेव्हा शिरपूरला नीला म्हणून एक कलीग होती. तिनंच मदत केली. कौन्सिलिंग वगैरेसाठी. मग रमले या आश्रमात. योगायोग असा की, नीला डिसुझाच्या मुलाशी दिनकरच्या मुलीचं लग्नं झालं. नीलाच्या अग्रहास्तव या समारंभासाठी आले. तसं नीलाला माझ्या डिप्रेशनच्या काळातच माझी कहाणी माहिती होती. नावानिशी तपशील माहीत नसावा किंवा तिचा व्याहीच 'दिनू' आहे हे... तिला माहिती असतं तर तिचं-माझं तस बोलणं झालं असतेच, नाही का?...

बरं मला तिचा आग्रह फोनवरूनच झाला... पत्रिका वाचनात आली नाही माझ्या... हा दुसरा योगायोग...

तेवीस वर्षांत पहिल्यांदा असं एखाद्या समारंभाला हजर राहायला आले. नीलानं दिलेल्या पत्त्यावर पोहोचले. वाडपिंपळीकर देशमुख आणि डिसुझा परिवाराचा

स्वागत करणारा फलक पाहिला... आणि गोंधळून गेले. थोडी चौकशी केली तर खात्री झाली की, दिनूच्याच मुलीचं लग्न नीलाच्या मुलाशी होतं. मग काढता पाय घेतला... पुन्हा... नको वाटली आपली ही अभागी उपस्थिती..!

तिचे डोळे भरून आले तरी हसून म्हणाली,

"आणि पुन्हा भीती वाटली की तुमची, विनंती... की ऑर्डर (?) पाळली नाही तर आणखी शोभा व्हायची... आणि म्हणून निघाले. आटपाटीची बस चुकली. म्हणून ट्रेननं जावं म्हणून इथं आले. गेले तीन तास इथं आहे. गंमत वाटते. हसू ही आलं... तीस वर्षं उशिरा जन्माला आले असते तर... या विचारासरशी हसायला येत होतं की, तुम्ही आलात..."

ती पाणावल्या डोळ्यांनी हसत होती. मला हसण्याचं नाटकही करता येईना. इतक्यात गाडीची कर्कश शिटी वाजली. ती थोडं घुटमळून बॅग घेऊन बाहेर पडली...

कर्म पाठ सोडीत नाही, असं म्हणतात. मी हताशपणे खुर्चीत बसून राहिलो. काय केलं होतं मी? काय साधलं नक्की? दिनू-ऊर्मिलाच्या संसाराची घडी बसवली; पण इंदूच्या आधीच उदासल्या आयुष्यात तिच्या प्रतिमेलाही किती खोट्या डागांनी डागाळून टाकलं मी! हा अपराधीपणाचा डंख... ही वेदना कशी संपणार???

बोरं...

यदा मोट हाकीत होता पहाटपासून; पण दुपार टळली तसं त्याचं लक्ष लागेना. पोटातली भूक अस्वस्थ करू लागली. गव्हाच्या लोंब्यांनी लवलेलं हिरवंगार शेतही आता त्याला सुखवू शकेना. वारंवार घराकडे वळणारी नजर आशाळभूतपणे भाभीच्या हाकेचा साद घेत होती आणि निराशेने पुन्हा-पुन्हा मोटीकडे वळत होती. कितीदा तरी ओंजळ भरभरून पाणी प्यायलं तरी पोटातली आग शांत होईना, तेव्हा सूर्य माथ्यावरून कलल्यावर त्यानं नाइलाजानं बैलं सोडले. कोवळा घास कापून त्यानं तो त्यांच्यापुढं टाकला. घास खावून पाणी पिऊन बैलं रवंथ करीत उभे राहिले. खालच्या जबड्यांना वलयाकार फिरवत दाढाखाली घासाचा लगदा करणारी लयबद्ध हलचाल किंचित विचलित न करता. हे बैलं शेपटीनं पाठीवर कुठेही बसलेली गोमाशी कशी सहज उडवतात ते पाहण्यात यदा गढून गेला. बरफ्या बैलाच्या तोंडातून सांडणारी लाळ चमकत उन्हात क्षणभर नवरंगी तार काढीत होती. यदानं पुन्हा मूठ-मूठ घास कापून बैलांपुढे टाकला. त्यांच्या पोळ्याला कुरवाळीत म्हणाला,

"वा! गडेहो, माझ्याहून भाग्यवान हात लेको, यळच्या-यळेला खाता येतंय. गपागपा खाऊन वर रवंथ करीत बसता येतंय. कोणी रांधून वाढायची वाट बघणं नको... अन् पोटात कावळे कोकणं नको. बेट्याहो खा. खा. मजेनं खा."

गुडघ्यात वाकून बसताना पहाटपासून मोटीबरोबर चालणारं शरीर किंचित दुखत सुखावू लागलं. त्यानं हात पाय धुतले. पौषाचं निरभ्र आकाश, बारानंतर कडक तापलेलं ऊन; काहिली करणारं नसलं तरी चांगलंच नकोसं व्हावं, असं चटकत होतं. पोटातल्या भुकेनं जीव अधिकच कावून जाऊ लागला. त्यानं पांदीवरच्या आंब्याकडे वळत पुन्हा एकदा आशाळभूतपणे घराकडे पाहिलं, अजूनही भाभीचा कुठलीच साद नव्हती. यदा ज्वारीच्या दुधाळ दाण्यांना चावून भूक शमवू पाहत होता. ती अवीट चव पोट मात्र भरवीत नव्हती. हुरडा भाजावा म्हटलं तर दत्त महाराजांना हुरड्याचा भात शिजवून बोणं दिल्याबिगर हुरडा अख्ख्या भावकीत कुणी भाजीत नव्हतं. तसा रिवाजच होता. बामणवाडीच्या जाधव वंशाचा आणि हे बोणं भाभीच्या मनात आल्याखेरीज शक्य नव्हतं. वस्तीवरून गावशाळा तशी फार दूर नव्हती. यदा दुसऱ्या इयत्तेत गेला तेव्हा आई त्याला शेताच्या सडकेकडेच्या बांधापर्यंत सोडवायला येई. दशमी गुळांबा, लोणचं सोबत बांधून देई. शिवाय बांधावरून परत फिरताना कमरेच्या चंचीतून दोन खारका त्याच्या खिशात टाकत असे. त्या आठवणीनं त्याचं मन सैरभैर झालं. नऊ वर्षे झाले. आई का गेली असेल असं पोरकं करून? यदाच्या पाठीवर खूप दिवस काही झालं नाही. यदा सात वर्षांचा झाला तेव्हा आईला मुलगी झाली; पण धनुर्वातानं दोघी गेल्या. आई-बहिणीविना घर ओसाड झालं. सीतारामदादावर मोठा आघात झाला होता. कारण त्याच्यासमोरच 'मूठ' लागून बाबा धरणीवर पडले होते. त्यांच्या तोंडातून फेस येत होता. दहा-अकरा वर्षांचा सीतादादा घाबरून घसा खरवडून ओरडत होता. त्याचा आवाज आसपास शिवारात शिरलाच नाही. ओरडून-घाबरून त्याची वाचाच गेली. गोवऱ्या, काटक्या वेचायला आलेली द्वारका मांगणीनं बाबा पडल्याचं पाहिलं. तिनंच मग ही खबर वस्तीवर-गावात पोहोचवली. यदाचं वर्षभरात आई-बापाचं छत्र गेलं. कडेगावच्या मामाकडे मग काही दिवस राहिला यदा; पण वाचा गेलेला सीतादादा आपलं जगणंच हरवून बसला. कित्येक दिवस तर त्याला ऐकूही येत नव्हतं की काय कुणास ठाऊक? नंतर नंतर बोलणं समजू लागला. तसे भाव त्याच्या डोळ्यात दिसू लागले; पण मग एक भोळसर असा सांगितल्या कामाचा धनी बनून राहिला. म्हणून मग मामानं गरिबीत वाढलेली ही चुणचुणीत पोर शकुंतला घराला घरपण यावं म्हणून सीतादादाला परखून आणली. कुठला संताप डोक्यात भरूनच तिनं माप

लवंडून प्रवेश केला. तिच्या लग्नालाही आता चार वर्षं झाली. आई सोबत गेलेलं घराचं 'घरपण' शकुंतला भाभीनं आणलं नाही...

ऊन चांगलंच चटकू लागलं. त्यानं पुन्हा घराकडे पाहिलं. ना जेवायसाठी भाभीचा आवाज ना राणूजवळ भाकरीचं गाठोडं... आता पोटातल्या भुकेला अगतिक संतापाची भर पडली. तो कासावीस झाला. बैलं सैलावले होते. तो साकरी बोरीजवळ आला. या बोरीची टपोरी बोरं, पंचक्रोशीत कुठेच इतकी गोडं बोरं नव्हती. फिकट-पोपटी-लालावलेली बोरं गोल हिरव्यापानांतून मोहवत होती. कडेगाववरून कोणी बामणवाडीला येणार असलं तर मामाची बकुळा साकरी बोरीचे बोरं आणा असं आठवणीनं सांगायची. दत्ताजी महाराजांच्या बोण्याला जर मामा आले आणि बकुळालाही आणलं तर बरं होईल. मनसोक्त बोरं हुळवून देईन तिला. या विचारांनी उगाचच सुखावला तो. त्यानं सरावानं बेसरमीचा फोक भरल्या बोरीवर मारला. काळ्या मातीत गाबुळ्या पोपटी लाल बोरांची गोड पखरण झाली. यदानं मोटीच्या नाड्यावर बसून खाता येतील म्हणून बोरं धोतराच्या ओच्यात वेचून घेतली. बोरं खातखातच तो बैलांना सोडून मोटेला जोडू लागला. कडेगाव, मामी, बकुळा यांच्या आठवणीनं पोटातली आगही जणू थंडावून गेली होती.

"काय चाललंय यदा?" यदू दचकलाच या अनपेक्षित आवाजानं, त्यानं वळून पाहिलं. भाभी डोळे वटारून त्याला विचारित होती. "हे काय चालवलं यदा? इतका वेळ मोट थांबवून काय करायलात? घंटे दोन घंटे झालेत मोटीचा आवाज इना म्हणून पाहायला आले तं... असे म्हसोबावाणी उभे राहून काय करायलात?" यादव थरथरू लागला. अडखळत कसा तरी म्हणाला,

"काय नाई. जरा... ही बोर हुळवली..."

"अगं बाई... बाई, पोटूशी बाईवाणी डवाळे लागलेत का काय? दोन घंट्यापासून बोरं हुळवितायं ते? चिंचा-आवळे देऊ का आणून?

"न... नाई... भाभी, जरा बोरं खात होतो. भूक लागली..."

"भूक? कशानं इतकी भूक लागली वो? आन्‌ बोरांनी काय पोट भरतंय व्हय. लईच भूक लागली होती तर पहाटेच पांदीला 'बसून' गेलते की मी. तेच खायचं होत पोट तरी भरलं असतं..." तो तिला थांबवत किंचाळला, " भाभीऽऽ..."

"ओरडू नका उगं. मारता का काय? आँ? काळातून आल्यावाणी पोट हमेशा भुकेजलंच राहतंय. आई-बापाला गिळून बी भूक भागली नाई बिचाऱ्याची. आता मला खा. तवाच निसूर होताल. खायला कार मेलं कसलं बेणं ठिवून गेली आई बाई माझ्या नशिबाला कुणास ठाऊक?..."

असंच खूपसं बडबडत भाभी निघून गेली. तिचे पुढचे कोणतेच शब्द त्याला ऐकू येत नव्हते. कानशिलं गरम झाली होती. तहान-भूक-थकवा काहीच जाणवेना. काय करावं... कुठं जावं? खपू एकटं, खूप निराधार वाटू लागलं यदूला. सतरा वर्षांचा. नुकताच मिसरूड फुटू लागलेला यादव डबल हाडाचा नि उंच बांध्याचा असल्यानं चांगला बाप्याच दिसत होता. मेहनतीनं अगं कमावलं होतं. कामाचा आवाका मोठा असल्यानं तसा कुणाला 'भार' व्हावा असाही नव्हता. भाभीचं नक्की काय घोडं मारलं होतं कोण जाणे! कितीतरी वेळ निश्चल उभा राहून अश्रू गाळीत राहिला. थोड्या वेळानं ओचातले बोरं खाली झटकून तो मोट हाकीत राहिला. सांज होईस्तोवर. अंधारून आलं तशी बैलंही पाऊल उचलेनात तेव्हा त्यानं बैलांना सोडून वैरण टाकली. पाणी पाजलं आणि स्वतः आंब्याखाली बाबाच्या समाधीजवळ बसून तो दुखरं शरीर विसावू पाहत होता. कुणाजवळ तरी जाऊन ढसाढसा रडावं वाटत होतं... बाबानं समाधी बाहेर येऊन समजवावं.!! आता घराकडे वळावं असं त्याला वाटेना. सकाळी आतडं भाजणारी भूक आता अजिबात जाणवत नव्हती. काहीतरी मनात योजून तो शिवाराबाहेर पडला. भराभर चालत तो गावात पोहोचला. राममंदिराच्या ओट्यावर सीतादादा नेहमीसारखा शून्यात पाहत बसला होता. क्षणभर यादव थबकला. ओट्याजवळ उभा राहून खाकरला; पण सीतादादानं दखल घेतली नाही. त्याची तंद्रीच मोडली नाही. यादवही मग काही न बोलता चालू लागला. एका उदास गतीनं पायांना ओढत तो कडेगावी पोहोचला. दिवेलागण होऊन तासभर लोटला होता. यदा वाड्याच्या दारात पोहोचला. ढाळजेत कंदिलाच्या उजेडात मामा कसली कागदपत्रे न्याहाळीत बसले होते. त्यांना यादवची चाहूल लागली नाही. क्षण-दोनक्षण वाट पाहून यदूनं हाक मारली, 'मामा' त्या सरशी मामानं वरं पाहिलं, "कोण?" त्यांना अंधारात चेहरा दिसला नाही. बसल्या जागेवरून कंदील डोक्यावर धरीत त्यांनी यदाला पाहिलं. त्याचा अवतार पाहून त्यांच्या छातीत धस्स झालं, "कोण? यदा! काय झालं?"

"........."

"अरे, बोल ना काय झालं बाबा?" मामाचा जीव गोळा झाला. ते सारखं धास्तावून विचारत होते काय झालं? यादवच्या तोंडून शब्दच फुटेना. त्याचे अश्रू बांध फुटल्यासारखे घळघळ ओघळू लागले. कोण आलं असावं, मामाच्या आवाजातील कातरता लक्षात येऊन जरा काळजीनंच मामी पाचखणीतून बाहेर आल्या. यदाला रडताना पाहून त्या म्हणाल्या, "अगंबाई, यादवराव? वर तर या असं चौकात का उभारालाय? आणि मग मामाकडे पाहून, "लेकरू आलंय. परेशान दिसायलं. आत तर येऊ द्यावं की, असं दारातच विचारित बसावं व्हय; वर या बघू यदा." यादव आज्ञाधारकपणे ढाळजेत चढून वर आला. मामा-मामीच्या पाया पडला आणि शेजारी बसला. पूर्ण अंग ताठरून गेलं होतं. बसताना दुखरे पाय सैलावताना त्याच्या तोंडातून कण्हण्याचा आवाज निघाला.

"यदा? पायी आलास?" मामानं विचारलं

"जी."

"यड्या, दहा कोस पायी चालत आलास. काही कळवायचं तरी... नसता गाडी बैल जुपायचीस ना..." त्यांना मध्येच तोडत मामीनी पाण्याचा तांब्या यदाच्या हाती देत म्हटलं," यदा, पाणी घ्या. हात-पाय धुवायला चुलीवर पाणी गरम करायला ठेवलं. तोवर चुळ भरा, चहा घ्या" आणि मामाला उद्देशून, "थांबा हो जरा. त्यानला हात-पाय धू द्या. जरा विसावू द्या. मी चहा आणते. घटकाभरानं बोला." यादवनं चूळ भरली. चौकात उतरून उरलं पाणी तोंडावर मारलं. पाचखणीच्या दारापलीकडं लहानग्या बाजीवर बकुळा झोपली असावी. पांघरुणाच्या बाहेर आलेल्या लहानग्या पायात चांदीचा तोडा चमकत होता. यादवला उगाच बरं वाटलं. घटाघटा तांब्याभर पाणी प्यायल्यावर हुशार वाटू लागलं. मामीनं गंगाळात गरम पाणी आणून चौकात ठेवलं. यदानं गरम पाण्याने पाय धुतले. पाण्याच्या गरम स्पर्शानं कळ निवली. चहा प्यायल्यावर त्याला आणखी बरं वाटू लागलं. मामीही मग ढाळजेत बसल्या. यादवराव सहज आलेले नाही हे त्यांच्या लक्षात आलं होतंच आणि आपण का आलो हे मामांना कसं सांगावं या विचारात यादव गोंधळत होता. दुपारचास प्रसंग डोळ्यापुढून हालत नव्हता. भाभीनं स्वतःची संडास खा म्हणावं? कधी 'जेवायला वाढा' असंदेखील म्हटलं नाही आपण तिला. आजही कुठं जेवण मागायला गेलो तिच्याकडे?

ढोराबरोबरीनं काम करीत होतो. तिचा भाऊ बांधावर उभं राहून शहरातून आणलेली पांढरी सिगार ओढून धूर सोडीत जणू राखण करीत होता. आलेला राग गुमान गिळून टाकणं तर भाभी आली तेव्हापासून शिकलोय मी आणि तरी तिनं असं काही-बाही खा म्हणावं?

कंदिलाच्या उजेड आता ढाळजभर पसरला होता. मामा-मामी यादवच्या चेहऱ्याकडे पाहत होते. त्याचे ओघळणारे अश्रू आणि पिळवटलेला चेहरा पाहून दोघांच्या पोटात कालवाकालव होत होती. काय झालं असावं याचा अंदाज लागत नव्हता. लांबलेली शांतता कातर वाटत होती. मामीनं धास्तावून; पण मर्दवानं विचारलं, "यादवराव, बोला बरं काय झालं? कोण काही बोललं का?" त्याचा रडण्याचा आवेग वाढला. तो गदगदून रडू लागला. मामाच्या तोंडून तर शब्दच फुटेनात, न राहवून ते यादवच्या जवळ आले. त्याला पोटाशी धरून म्हणाले, "यदा, लेका, तरणाबांड गडी तू असं पोरीवाणी का रडायलास? मुळुमुळु? उगी... उगी... शांत हो बघू. शांतपणे सांग काय झालं?" सकाळपासून कवटाळून राहिलेलं पोरकेपण क्षणात निघून गेलं. यदा थोडा शांत झाला. कसे बसे शब्द जुळवत त्यानं भाभीचं वागणं, तिच्या भावाचं तिथलं मालकपण मिरवणं, सीतादादाचं उदासपण, त्यात आज दुपारी घडलेला प्रसंग सांगितला. तेव्हा मामीनं डोळ्याला पदर लावला. कळवळून म्हणाली, "अगं सटवे, कुठं फेडशील हे पाप? जीभ झडली नाही तुझी?" मामानं जागेवरच ताठ होत दोन्ही हात कानावर ठेवले "शिव... शिव..." म्हणत भरलेले डोळे पुसत ते यदाला म्हणाले, 'पाय ठेवू नकोस आता तिच्या दारात. गरीब घरची पोर म्हणून सीतारामसारख्या भोळ्या पोराच्या गळ्यात घातली रे मी! पण माणूस सुपारीवाणी फोडून पाहता येत नाही हेच खरं," बराच वेळ कुणीच काहीच बोललं नाही. मग आपले डोळे पुशीत मामी स्वयंपाक घरात गेल्या. कढी-भाकर ताटात वाढता-वाढता अचानक बेत बदलून त्यांनी चुलीतल्या निखाऱ्यावर गोवरीचं खांड रॉकेल ओतून ठेवलं. दोन ढिलप्या लावल्या. पातेल्यात दाळ-तांदूळ घेऊन त्यांनी खिचडीसाठी आधन ठेवलं. जेवायसाठी पाट मांडून त्यांनी यादवला आवाज दिला.

चौकाच्या जोत्यावर मध्यभागी दोन्ही बाजूला चार-चार पायऱ्या होत्या. तिन्ही ओसऱ्या मोकळ्या होत्या आणि प्रत्येक ओसरीवर मागल्या अंगाला खोल्या होत्या. ढाळजेला लागून असलेल्या खोलीत यादव झोपला होता. गुरवाच्या- 'बेल घ्याजी वैनीसाबऽऽ" या आरोळीनं त्याला जाग आली. आपण कडेगावी

आहोत ही जाणीव होताच सुखावला. अंग कसकस करीत होतं. रात्री मामीनं चादरीवर दुसरी गोधडी पांघरूण घातली असावी. त्याला अंथरुणातून उठावसंच वाटेना. तो तसाच पडून राहिला. मामी बकुळाला सांगत होत्या, “बकुळे, किती झोपशील? ऊठ बरं, कोण आलं माहितीये का?”

“कोण आलं?” बकुळानं अंथरुणातून उठताच उत्सुकतेने विचारलं.

“ऊठ मग सांगते, अगं यादवराव आलेत बामणवाडीहून.”

“खरंच? कुठं आहेत?” बकुळेच्या आवाजातला आनंद लपत नव्हता.

“झोपलेत ते. आता झोपू दे. काल पायी आल्यानं थकलेत ते.” यादवला खोल कुठं तरी आत गुदगुल्या झाल्या. आपण आल्याचा आनंद बकुळेला झाला हे पाहून तो उठू लागला; पण डोकं प्रचंड दुखत होतं. मळमळत होतं. तो पडून राहिला. अर्धवट ग्लानित. दरम्यान दोनदा बकुळा तो उठला का याची चाहूल घेऊन गेली. पाय पोटाशी घेऊन, डोकं खाली करून यादव झोपला होता. चोरपावलांनी तो जागा झालाय का, हे पाहण्यासाठी हळुवार केलेला बकुळाचा प्रयत्न तिच्या चमकत्या किणकिणत्या तोड्यांनी त्याला कळला. तिसऱ्यांदा परत पाय न वाजवता हळू खोलीत शिरलेली बकुळा तो उठून बसताच दचकली... का लाजली? तो गालात हसला. बकुळाही हसत खाली पाहत म्हणाली, “झाली झोप?” “हं!” खोल गेलेला आवाज आणि लालबुंद डोळे याकडे लक्ष जाताच बकुळेनं धास्तावून विचारलं,

“बरं वाटत नाही का?”

“हं! डोकं ठणकतंय. मळमळ होतेय.

काहीच न सुचून बकुळा जरावेळ घुटमळली. मग, “थांबा. आईला बोलावते” म्हणून बाहेर पडली. लगेच मामीना घेऊन यदाच्या खोलीत आली. मामीनं काळजीनं त्याच्या कपाळावर हात लावला. “यदा, किती तापलंय अंग तुमचं? आता काय करावं? हे बी आंबडाला गेलेत... बकुळा क्रिष्णा वैद्यकाकाला बोलावू धाड बघू नारबाला. ताबडतोब या म्हणावं.” बाईच्या यादवला लई फणफणून ताप भरलाय म्हणावं.” मग वैद्यानं त्याला अजिबात जेवायला देऊ नका असं बजावून बरीच औषधं दिली. रात्री मामा परत आले तेव्हा यदाला मुदतीचा ताप आल्याचं मामीनं सांगितलं. मामा खोलीत आले, त्यांनी यादवच्या कपाळाला हात लावून पाहिलं. म्हणाले, “भावजयीचे शब्द चांगलेच जिव्हारी लागलेत त्याच्या. काळजी करू नकोस पोरा, उद्या तालुक्याच्या डाक्टरला दाखवूत.

पुढं नऊ दिवस त्याला अन्न मिळालं नाही. भाजल्या मनुका, नारळपाणी, मोसंबीचा रस... आता ताप उतरला होता. एकदा गमतीनं मामी म्हणाल्या, काय नाट लावली आईबाईनं, यादवच्या जेवणाला. आल्यापासून नऊ दिवस जेवण मिळालं नाही लेकराला.

आता अशक्तपणा असला तरी थोडी हुशारी वाटत होती. पडून राहण्याचा कंटाळा आला. त्यानं मामीला विचारलं, "मामी घरात पडून पडून कंटाळलो आता. जरा बाहेर..... शेतावर जाऊ?"

"यदा, जीव अशक्त झालाय. शेताबितावर नको; पण कडुलिंबाची पानं उकळून आंघोळीला पाणी देते. जरा आंघोळ करून सांबाच्या मंदिरात नारळ वाढवून या."

***

एक दिवस मामा रात्री वकिलाला घेऊन आले. त्यांना चहापाणी देताना यदानं ऐकलं की, बेळपट्टीचं वीस एकर वावर मामानं विकलं. वकील, कोर्ट यांचा खर्च वाढत होता. हे थांबवणं यदाच्या हातात नव्हतं. शेताचं काहीतरी मोठं भांडण भावबंदकीत आहे अन् त्याच्यासाठी हा अतोनात पैसा संपतो आहे. वाड्याच्या-मामाच्या समृद्धीला जशी नजर लागली होती. खरं तर हे भांडण थांबवायला दादासाहेबांनी-मामाच्या चुलत चुलत्यांनी बळकावला तेवढा पट्टा सोडून दिला तरी हे बाकीचं नुकसान टाळता येईल; पण बांधासाठी वावर विकणारं हे भावबंदकीचं वैर कुणीच विसरायला तयार नव्हतं. एक पूर्ण वर्ष गेलं. सालदाराची संख्या पाचावरून दोनावर, एकावर आली. आतापर्यंत एकूण चोवीस एकर शेती विकली गेली. टीचभर बांधासाठी अन् त्यावर असलेल्या चिंच-आंब्याच्या चार-दोन झाडांसाठी! पण यादवला खरं वाईट वाटलं ते मामीच्या दागिन्यांचा डबा मामा घेऊन निघाले त्याचं. मामीनं डोळे पुशीत म्हटलं, "यातल मोहनमाळ, बिलवर अन् सासूबाईंची चिंचपेटी काढून ठेवलीय- बकुळाच्या लग्नात तिला घालावी म्हणून. बाकी सारं दिलंय." मामाही मनातून दुखावले होतेच! यादवला करमेना. कसं थांबवावं, काय करावं... बकुळाला भाऊ नाही तेव्हा इतकी शेती, इस्टेट काय करायची? आम्ही वंशाचे हकदार वारस. कोण जावई ही इस्टेट घेईन तर कोण्या परक्याचीच व्हायची ती. असं दादासाहेब मामाच्या तोंडावरच बोलले म्हणे. मामीनं त्यांना समजावलं तरी म्हणाले. "तुम्हाला कळत

नाही बकुळाची आई, म्हातारी मेल्याचं दुःख मलाही नाही; पण काळ सोकावला ना तर आज जमिनीचा पट्टा सोडला-उद्या जमीन, परवा वाडा सोडा म्हणतील हे लोक!" यावर मामी आणि यादवही निरुत्तर झाले. यादवनं शेवटी शेतात लक्ष घालायचं ठरवलं. जमेल ती मेहनत केली. मामाचं लक्ष नव्हतंच आताशा; पण क्रुर दैवानं यादवच्या हातावर यशाच्या रेषाच कोरल्या नव्हत्या. शेत हिरवं करून मामाचं वैभव परत आणायचा केलेला निर्धार दुष्काळाच्या चिन्हांनी डळमळीत करून टाकला. शेतात पेरलेलं बियाणं सारंच जमिनीत गडप झालं. उन्हाच्या जाळानं जमिनीच्या छातीतला झरा, ओलावा सारंच जणू आटून गेलं. यादवचं कोवळं मन उभारी गमावू लागलं. पेरणी करून पंधरा दिवस झाले होते; पण पेरणीच्या आधी एकदा शिंपून गेलेला पाऊस पुन्हा वाट विसरला होता. बियाणं एकदा भिजून फुगलं आणि नंतर त्याचं जरगट फोलपट झालं. जमिनीच्या भेगागत यादवचं मनही भेगाळून गेलं. विहिरीनं केव्हाच तळ गाठला होता. गडी कामावर येईनासे झाले. मोट तर दूर राहिली. पोहऱ्यानं पाणी काढायला दहादा पोहरा तळात घालावा लागे. पाच-पंचवीस पोहरे पाणी काढून त्यानं ढोरांना पाणी पाजलं. ऊन उतरत होतं. वातावरण झाकोळलं होतं. यादवनं वर पाहिलं मावळतीकडून काळेशार ढग वेगानं वरवर चढत होते. यादवचं मन पालवलं. त्यानं मनापासून हात जोडले. वरून देवाची करुणा भाकली. बांधावरच्या म्हसोबाला हात जोडून नमस्कार केला. घामानं अंग निथळत होतं. तो तसाच आकाशाकडे पाहत राहिला आणि एक... दोन... तीन पावसाचे थेबं त्याच्या तोंडावर पडले... पाहता पाहता जोरदार पावसाला सुरुवात झाली. यादवला आता दुबार पेरणीचाही उत्साह आला. किती तरी वेळ तो पावसात भिजत राहिला. संध्याकाळी घरी आला. मामा ढाळजेत एकटेच बसले होते. यादव वर चढून त्यांच्या शेजारी बसत म्हणाला, "मामा, आजचा पाऊस चांगला झालाय. आता बियाणं पुन्हा पेरावं लागणार." मामा त्यांच्याच तंद्रीत होते. नुसतं 'हं!' असं म्हणून शांत राहिले. यादव काही वेळ उत्तराची वाट पाहत बसला. मामा काहीच बोलले नाहीत तेव्हा तो उठून गेला. ओले कपडे बदलून तो खोलीत आला. बकुळा माळवदावरून खाली जीना उतरत होती. तीही चांगलीच भिजली होती. लुगडं नेसलेली बकुळा पायरीवरच ओले केस झटकीत उभी राहिली. यादव गालात हसत खोलीत शिरला. पावसानं मन प्रफुल्लित केलं होतं. थंडगार वाटत होतं.

सकाळी लवकर उठून शेतावर जायचं म्हणून यादव अंघोळ करून ओसरीवर थांबला. आता पाऊस झालाय. खूप कष्ट करून मामाचं वैभव पुन्हा उभं करण्याच्या उभारीनं त्यानं अंग झटकलं. नारबाला कालच लवकर निघायचा निरोप दिला होता. औजारं, बैलं, गाडी यांचा मेळ मोठ्या उल्हासानं लावून तो ओसरीवर उभा होता. परवा किसन तात्यानं कोर्टापायी मामाच्या नुकसानीची कल्पना दिली होती आणि त्यामुळेच तो नव्या जोमानं मामाचं वावर हिरवं करायचं स्वप्न पाहत होता. भविष्याच्या चाहुलीनं त्याचे डोळे हिरवेगार झाले होते. नारबा अजून का आला नाही; या विचारानं त्यानं जरा गुश्शातच चपलेत पाय घातले. काहारवाड्यात झरझर पोहोचला; पण नारबाच्या घराला कुलूप पाहून तो चक्रावला. शेजारच्या गणानं सांगितलं नारबा मारवाड्याच्या शेतावर गेला. यादवच्या तोंडून आश्चर्यानं निघालेल्या 'का?' या प्रश्नाला अधिक आश्चर्यानं तो उत्तरला "म्हंजी? तुम्हाला ठाऊक नाई व्हय? मालकानं मागचे पैसे बी कमी देलते. आनू यंदा वाढवून द्या म्हनलं तर तू सालदार म्हणूनच नगं मनले. लई वाईट वाटत होतं नारबाला. म्हणला लहानपणापासूनच ताईसायबानं, मालकानं जीव लावला पर... आता दिसच इपरीत आलेत ना! काय करता येतंय?" यादवला कळेना की हे काय होतंय. नारबा तर जसा घरचाच माणूस होता. मामाला तरी काय झालंय नक्की? खाली मान घालून तो महादेवाच्या मंदिराकडे निघाला. मंदिराच्या पायरीवर चप्पल काढून गाभाऱ्यात गेला. पिंडीवर नुकतीच पूजा केलेली होती. बेलाचा वास. फुलं... समईचा शांत प्रकाश प्रसन्न वाटत होता. दर्शन घेऊन यादव ओट्यावरच्या कठड्यावर रेलून उभा राहिला. स्वतःच्या पायावर नजर लावून एकटक पाहत होता. पुन्हा सुकून फोल झालेलं बियाणं, दुबार पेरणीचा कुटाणा, या विचारांनी कासावीस होत होता. नारबाला मामांनी काढून टाकणं म्हणजे स्वतःचीच नुकसानी का केली असेल? या कोर्टाच्या भानगडीत नसतं पडायचं मामांनी! ओट्यावरच्या फरशीवर नजर खिळवून यादव विचार करीत होता. ओळखीच्या तोड्यांनी किणकिणत चाहूल दिली. लगेच ते तोडे मंडित पाय त्याला दिसले. बकुळा हसत येत होती. गडबडून उठत म्हणाला, "महादेवाच्या दर्शनाला आलीस?"

"नाही. यादवाच्या दर्शनाला..." नखशिखांत सुखावणारा यादव चक्क लाज लपवू शकला नाही आणि बकुळाही भर्रकन गाभाऱ्याकडे वळली, तिलाही आश्चर्य वाटलं आपण असं बोलून गेल्याचं.

पहिल्या पावसात भिजल्या जमिनीगत यादवचं मन गंधाळलं. एका नवख्या, गुदगुल्या करणाऱ्या आनंदात तो अंगभर शहारत होता. बकुळाचा चेहरा अन् त्याला सुखावणारे; तिची खास ओळख देणारे तोडे तो पुन्हा-पुन्हा आठवत होता.

आई-बाबा वारले तेव्हा यादव-सीतादादा अन् लहानगी बकुळा मामाच्या वाड्यात तीन वर्षे एकत्र राहिले होते. एकदा शिमग्याच्या बाजारासाठी मामा गेले होते. अंगणात खेळणाऱ्या पोरांना त्यांनी साखरगाठ्या दिल्या होत्या. आपली गाठी पटकन संपवून तो सावकाश एकेक पदक चघळणाऱ्यस बकुळाच्या गाठीकडे पाहू लागला. बकुळानंही आपले दोन पदकं यादवला दिली. तेव्हाही यादव गाठीसारखा गोडगोड झाला होता. सातआठ वर्षांनी सांबाच्या मंदिरात बकुळानं यादवच्या मनावर साखर पेरली होती. तो साऱ्या चिंता, दुष्काळ, नारबाचं जाणं सारं विसरून जणू वाऱ्यावर तरंगतच वाड्यावर पोहोचला... आणि मामी मामाला म्हणत होत्या, "आता दुबार पेरणी करावी लागतीय. कोर्ट-कचेऱ्यानं पार खड्ड्यात गेलो तरी निकाल तिकडच्याच बाजूनं झाला. आता होऊ नये ते झालं. सारं विसरून आता अपिला-बिपिलाच्या नादी लागू नये. पेरणीला बियाणाला-पैसे लागतेन. आता मोडीतोडीलाबी काही उरलं नाही. बकुळाचे दागिनेसुद्धा..."

मामीचा कंठ दाटून आला. पुढे शब्द फुटेना. यादवची चाहूल लागली, तशी मामी गप्प झाल्या. यादव चौकात जोत्यावर उभा राहिला. नारबाला का काढलं हे विचारायचं धाडस होईना. घुटमळत म्हणाला, "मामा... नारबा..." मामा त्याला मध्येच तोडीत म्हणाले, "हं. अरे यदा आता मला शेती होईना बघ. बटाईदार पाहिलाय काल मी. आता माझं शेतावर जाणं होत नाही रोज. खरं तर इच्छाच नाही होत बघ. हरामखोरांनी आपल्या देखत आपल्याच आईच्या छातीवर कुदळ घातली आन् आम्ही आमची मर्दानगी त्याच खड्ड्यात गाडून बसलो. नियतीनंही त्याच कुदळवाल्याचं मनगट धरलं बघ. तो पट्टा मूळपुरुषाच्या अन् मुख्य पूर्वजापासून आपल्याच, शाखेला लाभलेला होता. त्यासाठी दुसरी किती जमीन विकली मी. पण..."

मामाचं असं हताश बोलणं यादवला काळजाला लागत होतं. कसं-बसं म्हणाला, "मी... मामा... मी करतो ना शेती. हवी ती मेहनत करतो."

"नको लेका, भाच्याला कुठं गड्यावाणी राबवून डोईचं पाप वाढवून घेऊ आणखी? आता मोठा झालास. तेव्हा तूच बामणवाडीला जा. शकुंतलाला ताळ्यावर

आण. कारभार हातात घे. नसता तिच्या माहेरचे लोक उद्या आपल्याच वावरात आपल्यालाच बंदी करतील.

यादव दुखावला. गावी परतणं... त्याच्या मनातून बामणवाडी पार पुसली गेली होती. आपल्याला कधी तरी तिथं परत जावं लागेल हा विचार त्याला शिवलाच नव्हता. त्याला काहीच बोलता येईना. शरीराला कंप सुटला होता. मामा पायात चप्पल चढवून बाहेर पडले.

बधिरल्या मनानं तो तसाच बाहेर पडला. शेतावर पोहोचला. हा कुठला दावा साधत होतं दैवं त्याच्याशी? मनावर थोडा आनंदाचा शिडकावा झाला की, तत्क्षणी असा आगडोंब उसळलाच पाहिजे. आता गावी जाणं म्हणजे... तिथं कुणी आपलं आहे असं वाटतंच नव्हतं... आणि... आणि... मामाला सांगताच नाही आलं की, मला शेत हिरवं करायचं आहे, मी... मी राबतो तो गडी म्हणून नव्हे तर... मग?... गडी नाही; तर मग कोण... मालक?... मी कसा मालक? पोटचा असतो तर सारा बारदाना सांभाळला नसता? पण मी पोटचा पुत्र नाही... पण... पण... जावई... जावई म्हणून नाही सांभाळणार? मामा... हे का नाही लक्षात येत तुमच्या? मी... मी... छे! मामाला असा माझ्यासारखा जावई नको असेल. एकुलत्या बकुळेसाठी कुणी बडं प्रस्त असेल मनात त्यांच्या. या विचारासरशी स्वतःबद्दलच्या हीन भावनेनं तो ढेपाळून गेला. खूप उशिरा घरी आला. एका दिवसात तो पूर्ण वाडा परका झाला. त्याच्यातलं गेलेले पाहुणपण परत आलं. तो पाय धुऊन ओसरीवर चढला. मामी तुळशीला दिवा लावत होत्या. पदराखाली धरलेला दिवा तुळशीच्या कोनाड्यात ठेवताना त्यांचा चेहरा स्पष्ट दिसला. डोळे सुजलेले आणि नाकाचा शेंडा लाल झालेला होता. यादवची वाचाच गेली होती जणू. तो निमूट येऊन खोलीतल्या बाजल्यावर आडवा झाला. मामीनं त्याला जेवायला आवाज दिला; पण मला भूक नाही म्हणून त्यानं डोळे मिटून घेतले. कुणी आग्रह केला नाही आणि घरात कुणी रात्री जेवलंही नाही. रात्रभर यादव जागाच होता. सकाळी उठून त्यानं आपली धोतरजोडी पिशवीत कोंबली. अंघोळ करून चौकात आला. खंड्याला गळ्यात हात घालून त्यानं गोंजारलं. भरल्या डोळ्यानं दारात पाहिलं. मामी दशम्याचं गाठोडं घेऊन उभ्या होत्या. यादवनं मामीला वाकून नमस्कार केला. मामानं स्वतः वाडग्याच्या मागं सडकेवर गाडीला बैल जोडले. धोतराचा सोगा हातात घेऊन ते यादवची वाट

पाहत होते. गणू न्हावी धुरीवर कासरे धरून बसला. यादवनं दशमीचं गाठोडं हाती धरून तिन्ही ओसऱ्यांवर नजर टाकली. चांदीच्या तोड्यांचा मागमूसही नव्हता. जड पावलानं तो वाड्याबाहेर पडला. मामा गाडीजवळ उभे होते. यादवनं वाकून नमस्कार केला. ते त्याच्या पाठीवर प्रेमानं हात ठेवत भरल्या कंठानं म्हणाले, "यादव, धीरानं घे. शकुंतलाला समजून सांग. नाहीच सुधारणा झाली ता मग वाटण्याचा विषय घे. काही कमी जास्त वाटलं तर मला कळवं, जपून जा."

कुठं तरी वाटत होतं मामा थांबवतील; पण आता शेवटचा धागाही तुटला आशेचा. गाडीनं कडेगावची शिव ओलांडली. यदाच्या डोळ्याला जशी गळती लागली होती. मागे कडेगावला पोहोचण्यापूर्वी जसं पोरकं वाटत होतं तसं पोरकं-पोरकं वाटू लागलं आज. तेव्हा मामा-मामीनी पुसलं होतं मायेनं. आता पुन्हा बामणवाडीत कोण पुसणार, सीतादादा तर... बामणवाडी, मोट, बोर-भाभी आठवलं आणि त्याचं मन कडू-कडू झालं. त्यानं मागं वळून पाहिलं. कडेगाव दोन कोस लांब गेलं होतं. तो गाडीत आडवा झाला. डोक्यावर आडवा हात धरून अश्रूंना मुक्त वाट करून दिली.

दूरवरून कुणीतरी यदाला आवाज देतंसं वाटलं; पण तो मनाला हवा असणारा भास असावा असं वाटून यादवनं डोळे मिटून घेतले. पुन्हा "यदाऽऽ" अशी हाक आली. तो कान टवकारून ऐकू लागला. तिसऱ्यांदा तशीच हाक आली. तेव्हा त्यानं गणूला गाडी थांबवायला सांगितली. दूरवर कुणी घोड्यावरून येत होतं आणि हातानं उपरणं हलवून थांबायला सांगत होतं, हे त्याच्या लक्षात आलं. कपाळावर आडवा हात धरून तो पाहू लागला. घोडेस्वार जवळ जवळ येऊ लागला तसे ते मामाच आहेत याची खात्री पटली. तो धपापत्या उरानं स्तब्ध उभा राहिला. घोड्यावरून मामा उतरले. यादव गोंधळून पाहत होता. मामाच्या चेहऱ्यावर आनंद ओसंडत होता. अगदी आनंदानं धापा टाकत ते म्हणाले, "यदा, माघारी चल पोरा. मामीनं बोलवलंय तुझ्या. भाचा म्हणून नाही. आमचा जावई म्हणून!" मृगाच्या सरी कोसळाव्या आणि मोरानं थुई-थुई नाचायला लागावं तस यादवचे मन अंगभर मोहरून नाचू लागलं.

पुढे बकुळेला त्यानं विचारलं की, 'मला बामणगावी वाटे लावल्यावर असं काय घडलं की, मामा मला परत घ्यायला आले?"

तेव्हा बकुळेनं बयाजवार तो प्रसंग सांगितला-

"त्या दिवशी तुम्ही निघालात, तेव्हा आई खोलीत आली. मी उशीत डोकं खुपसून रडत होते. आईही रडत होतीच. मी रडणं आवरू पाहत होते. तोच आईनं मला जवळ घेतलं "बकुळे यदाचं वाईट वाटतं? बोलावू त्यानला?" तिनं असं म्हणताच मी तिच्या मानेला गच्च मिठी मारून रडू लागले. मला बाजूला करून ती ओसरीवर गेली आणि मामा वाड्यात आले. तसं तिनं ओसरीवर अंग टाकून दिलं आणि मामाला म्हणाली, "लेकरू हाकललं. संडास खाऊ घालणारनीकडं धाडलं. स्वर्गात अक्कासाबचा जीव काय म्हणत असंल? आहो कोर्टात इतकी इस्टेट घातलीत. ते एक तोंड जड झालं व्हय तुम्हाला? जोवर त्यानला परत आणीत नाही तोवर तुमची शपथ मी पाण्याचा थेंब तोंडात घेणार नाही."

मग यावर मामा म्हणाले, "शांत व्हा बरं; पण त्याचं शेत, भाऊ हिस्सा नको का त्यानं बघायला? आणि असं आजोळी काय म्हणून राहावं त्यानं. पुन्हा मी काय वनात धाडलंय व्हय त्याला? त्याच्याच घरी. त्याच्या हक्काच्याच घरी गेला ना तो?"

मग आई मामाला पुन्हा म्हणाली, "असं कसं म्हणता? काय म्हणून राहावं त्यानं आजोळी. आहो, आपल्या एकलुत्या बकुळीसाठी यादवसारखा नवरा शोधून तरी सापडंल व्हय?... अन्..."

तिला मध्येच थांबवीत मामा म्हणाले, "काय? यादव? व्वा! खरं हे माझ्या ध्यानात कसं नाही आलं?" आणि थोडं थांबून पुन्हा म्हणाले,

"शंभरात एक गोष्ट बोलल्या तुम्ही बकुळीची माय. आता हा निघालो बघा मी तुमच्या जावयाला आणायला."

आणि घोडा घेऊन मामा निघाले.

बकुळानं हे सारं सागितलं तेव्हा यादवचं मन तृप्तावल्या, लवलवत्या शेतासारखं हिरवंगार झालं होतं. हे सारं आठवलं तेव्हा तो शेताच्या बांधावरल्या बोरीजवळ उभा होता. बोरं गाभुळली होती. आज किती तरी वर्षांनंतर त्यानं बोर हुळवली. सकाळी लाजत बकुळानं बोरं आणायला सांगितलं होतं. किती तरी वर्षांनी यादवचं मनही बोरीसारखं पुन्हा गाभुळलं होतं...

निसरडं

अनसाबाईनं वयाच्या चौदाव्या वर्षीच पोर उजवली. सोनाईच्या तिच्या चुलतमावस नणंदेचं पोरगं लग्नाचं आहे म्हटल्यावर तिनं ताराबाईजवळ सहज विषय काढला आणि बिनाबापाची पोर म्हणून मोठ्या औदार्यानं ताराबाईनं चुलत मावसभावाची पोरगी आपल्या मोठ्या पोरासाठी करवून आणली. रमेश तसा दिसायला बरा पोरगा होता. स्वतःची पाच एकर जमीन, महारवाड्यात पक्क्या प्लास्टरचं घर. गावात लहान पोरगा चांगली कमाई करीत होता. आता ताराबाईचा स्वभाव जरा तिखट आहे... पण हिचा स्वभाव माहितीत आहे म्हणून नवा सोयरा जोडला तर... त्यांचा स्वभाव आधी कळतो का, अन् छाया तर उफाड्याच्या देहाची आणि ठुसक्या बांध्याची देखणी पोर. बिनदाराच्या घरात रात्री झोपली की, अनसामायचा डोळा लागत नसे. घराला दार नाही. वर बापाचं छप्पर नाही आणि गेल्या पंधरा-वीस दिवसांत पानवाल्या जानीचं टुकार टोळकं उगाच घरावरून चार चकरा मारीत होतं. सहा-सात घरची धुणी-भांडी करून घरी येईस्तोवर पाच वाजून जात. छाया नवव्या वर्गात शिकत होती. तिला दोन वाजत घरी यायला. फैलावरची सिंधू घरापर्यंत सोबत करीत होती; पण घरी आल्यावर दार नसलेल्या घरात तिला उघडं-उघडं एकटं वाटत होतं. अनसामायच्या काळजाचा ठोका दोन वाजल्यापासूनच चुकत होता. मोठं पोरगं लग्न झालं तसं जे का बेरोख झालं की, जणू छाया त्याची कोणीच नाही. ते दोघं

नवरा-बायको खुशाल निघून गेले पोट भरायला. आज एकीला दोघीसोबत झाल्या असत्या नणंद-भावजया पण..! जमानाच असा आलाय की, पोटचं तरी कुठं आपलं होतंय. सून तर परक्याचीच राहिली. पोरं लहान होती तेव्हा कितीदा विचारलं होत तिला नातेवाइकांनी गंधर्वासाठी; पण अनसामायला वाटे की, उद्या लेकरांना सावत्र बाप जाच करू लागला तर... काय करायचं? जवानी चार दिवसांची दुपारच्या सावलीवाणी ढळून जाईल. लेकरांना माझ्या बळावर शिकवून मोठं करीन. राहती जागा आणि कुडाचं छप्पर असलेलं घर एवढंच ठेवून छायाचा बाप वारला होता. नाही म्हणायला पुढच्या खोलीच्या भिंती विटाच्या होत्या. अस् एक पक्कं दारही होतं पुढच्या खोलीला; पण पावसापाण्यात भिजून सडून गेलं आता दार. पोराच्या लग्नात बसवू म्हटलं होतं नवं दार; पण लग्नाच्या खर्चासाठीच मोठी उचल झाली. दार बसवू-बसवू म्हणत राहूनच गेलं. छाया जवान झाल्यापासून दार नसणं अवघड वाटू लागलं होतं. छाया शिकायचं म्हणत होती पुढं. निदान दहावीपर्यंत तरी; पण आता हे स्थळ हातचं सोडण्यात मजा नव्हती. आपली बिनबापाची पोर ताराबाई स्वीकारतेय म्हटल्यावर तिला फारच आनंद झाला होता. पदरातला विस्तू वाटत असलेली पोटची पोर छाया वाटे लावली तेव्हा अनसामाय दिवसभर डोळे गाळीत होती.

छायाचा नवऱ्याशी शब्दानंही संवाद झाला नव्हता. थंडगार पाण्यानं अंघोळ झाली की, गरम-गरम जेवून तो बाहेर पडत असे. तो रात्री उशिरा पिऊन भेलकांडत येऊन पडत असे. लग्न झाल्यादिवशी नवऱ्याशेजारी बसलेल्या वधुवेषातल्या छायानं स्वतःची 'सुहाग रात' फिल्मी पार्श्वभूमीवर किती छान रंगवली होती. फुलांच्या सेजवर बसलेल्या छायाची हनुवटी उचलणारा रमेश... ती अंगभर मोहरून येत होती.

लग्नानंतर महिना उलटला तरी रमेश तिच्याशी शब्दही बोलत नव्हता. ताराआत्या तिच्यावर सारं काम सोपवून दिवसभर फिरत होती. दुपारी ओट्यावर बसून पान खात येत्या-जात्याची चौकशी करीत बसे. हल्ली छायाला या पक्क्या विटांच्या स्लॅबच्या घरातही; आई नसताना दार नसलेल्या घरात वाटायचं तसं उघडं-उघडं वाटायचं. आत्याबाई घरी क्वचितच राहत होती; पण धाकटा संत्या, तिचा दीर हल्ली उगाच घरात रेंगाळत होता. त्याचा वेषही टुकार पानवाल्या जानीसारखा दिसत होता. हातात चांदीचं पावशेराचं कडं, गळ्यात जाड साखळी. त्याला पाहून भीतीच वाटत होती. चहा मागायचा आणि कपबशी ठेवू लागायच्या

आत हातातून घ्यायचा अन् हातावर बोटं अंमळ दाबायचा. तिला आताशा त्याची जास्तच भीती वाटू लागली. परवा अंघोळ करताना त्यानं टॉवेल मागितला. छायानं स्वतःला आडोशात ठेवीत त्याला तो हात लांबवीत दिला. त्यानं टॉवेलसहित तिचं मनगट धरून ठेवलं. तिनं तडफड करीत स्वतःचा हात सोडवून घेतला. तीन-चार बांगड्या फुटून तुकडे गळाले. मनगटातून रक्त ओघळत होतं आणि छातीत धडधडत होतं. ती तशीच ओट्यावर आली. आत्याबाईला सांगितलं तर घाई घाईनं उठत म्हणाली, 'बरं बरं... कुठं बोलू नकोस. आपून नव्या बांगड्या भरू." छाया बावरून गेली. दाद कुणाला मागणार. बिनदाराच्या घरात आई बाहेरून आली की, डोक्यावरचं ओझं उतरल्यासारखं वाटायचं. आता इथं तर आत्याबाईच सामील होती संताला. दिवसभर भ्याल्या कोकरासारखी छाया वावरत होती. संध्याकाळी लोटा घेऊन निघाली तेव्हा तिची शेजारीण गया तिला रस्त्यात भेटली. तेव्हा बरी सोबत म्हणून दोघी गावखुराकडे गेल्या. तेव्हा भीत भीत छायानं सकाळचा प्रकार गयाला सांगितला. त्यावर गया काहीतरी बोलता-बोलता मध्येच थांबली. तेव्हा छायानं म्हटलं, "गया, कोणंय माझं इथं. तूच जिवाभावाची आहे मनातलं बोलायला. काय करू गं? लई भीव वाटतंय मला संत्याचं. 'हे' तर आजवर शब्दानं बोलले नाईत. रोज पिऊन बी पडतेत. रातचं जेवण बी घेतेत का नई ते देवाला माहीत."

यावर गयालाही छायाच्या मायेची कढ आली. म्हणाली, "छाया, माझं नाव सांगू नको; पण रमेश माणसात नाई हे गावभर माहीत है. आन् आपसात असून बी तुझ्या माईला कशी कळली नाही? अन् ताराबाईनं तरी भाचीचं कसं वाटुळं करावं गं? कुठं फेडील हे पाप?"

"माणसात नाई म्हणजे?"

"तुला माहीत नाही?... अगं माणसात नाई म्हणजी नवरा-बायकू असूनबी तसं व्हाता येत नसतंय. तुला हात लावला का त्यानं?"

"नाई; पण दारू पिऊन लास होऊन पडतेत... तर... मग"

"अगं येडे, तसलं काय करीत नसतो असला माणूस. तुला जर तू त्याच्या संगं राहिलीस तर पोर बाळ बी होणार नाई. संताच्या धाकानं तुझ्या आईला कुणी ही गोष्टं सांगतली नाही. संत्या तर असला गुंडा है की, त्यानं एकदा पाटलाच्या सुनंलाच वाडग्यात धरली होती. लई मारलं पाटलांनी त्याला. जेलाची बी हवा खाऊन आलाय. मेल्या हातभट्टीवाल्याला पैसा बी कमी नाई." "म्हणजे

आता? गया, मला बी धरीन त्यो? आन् आत्याबाई तर काईच बोल्ली नई त्याला..."

"छाया, तू एक तर काडीमोड कर नाईतर कुंकू रमेशचं आन् पोरं संत्याची व्हायचीत बघ."

"गया असं होऊ नये बाई. मी आता काय करावं गं. आत्याबाईनं तरी काय तर करायला पायजेल... पण..."

"तुला खरं सांगू का? तू सरळ माहेरी पळून जा. तुझं काय खरं दिसत नाई बघ. तिथं कोण्या मोठ्या माणसाला मधी घालून काडीमोड करून घी. तुझी आत्याबाई काय आशी तशी दबणारी है व्हय?"

"छायाला आता पुरतं फसल्यागत वाटत होतं. दिवेलागण टळून गेली. तशी ती भीतभीतच घरी परतली. ताराबाई ओसरीवर बसली होती. छायाची चाहूल लागली कीच ओरडली. 'कुठं होतीस तू इतका येळ?"

छाया धडधडत्या उरानं आत प्रवेशली आणि स्वयंपाकाला लागली. मन मात्र थाऱ्यावर नव्हतं. साऱ्याचं जेवण उरकलं. आता रमेश रात्री उशिरा निम्या-अर्ध्या रात्री येऊन पडणार होता. त्याची कुणी वाट पाहत नव्हतं. तसा संत्याही आता लवकर घरी येणार नव्हता. छाया आत्याबाईला म्हणाली, "आत्याबाई, संताभाऊ माझ्याशी नीट वागत नाहीत आणि

'हे' तर..."

"हं!"

"हं.' काय आत्याबाई, त्यांना समजून सांगा ना काई..."

"बरं. बरं. भायेर कुठं बोंबलू नगंस झोप आता."

रात्री पिऊन लास झालेला रमेश अर्धवट सतरंजीवर, अर्धा जमिनीवर खाली पलंगाजवळ पडला होता. छायाला नुकताच डोळा लागला असावा. अंगावरची चादर ओढली गेली तशी तिनं डोळे उघडले. संत्या पडलेल्या रमेशला ओलांडून पलंगाकडे येत होता. कुठल्याशा बळानं ती पलंगावरून उडी मारून ओसरीवर पळाली. आत्याबाईला उठवू लागली. तशी जागीच असलेली ताराबाई उठून बसली. तिनं आधी दारं-खिडक्या बंद आहेत याची खात्री करून घेतली. मग दरडावून; पण दबक्या आवाजात म्हणाली, "लई सावित्रीची अवलाद नको व्होऊस. संत्या नाई तर भायेरचं कोणी येईल व्हय तुला धरायला? गपचीप बैस एखादं लेकरू होऊन दी. त्याच्यावरचा बी डाग जाईन आन् तू बी लेकुरवाळी

होशीन, उगं मार खाऊ नकोस... आन् ये संत्या हावरटल्या XX च्या जरा दमानं घी. आन् तू झोप गं मुकाट्यानं."

संत्या गालात हसत आईच्या पलंगावर बसला. खुनशी नजरेनं छायाकडे पाहत पाहत त्यानं अंग टाकलं. छायाला कशी सुटका करून घ्यावी काही मार्ग दिसत नव्हता. ती आतल्या खोलीत गेली. रमेशला उठवू लागली. कळवळून म्हणत होती, आवो बघा की तुमच्या बायकूला नासवाय लागला तुमचा भाऊ. उठा हो. हे कसलं मसनाचं पिणं तुमचं? उठा की."

त्याला तिनं गदागदा हलवलं, तेव्हा त्यानं डोळे उघडले. तारवटल्या नजरेनं तिच्याकडे पाहून तो पुन्हा झोपी गेला."

दीड-दोन तास जीव मुठीत घेऊन ती बसून राहिली. मग काही एक निर्णय घेऊन हळूच दाराची कडी काढून मागच्या अंगणात आली. दोन-तीन वाजले असतील. हलक्या पावलानं ती जे पळत सुटली ती गावाबाहेरच्या मंदिराजवळ मुख्य सडकेवर आली. अजून काळोख दाट होता. आता पैठणची वाट धरायची म्हणजे सडकेनं गेलं तर पाच-सहा तास तरी लागणार होते. शिवाय ती घरी नाही हे पाहून घरचे येणारच तिला पाहायला. ते सरळ फटफटी घेऊन पैठणच्या याच रस्त्यानं शोधणार. तिनं मनाशी काहीएक विचार केला आणि ती सरळ शेतात शिरली. उसात जाऊन जमेल तितकं खोल घुसून बसून राहिली. पहिली गाडी आठ वाजल्याशिवाय निघत नाही. तोवर घरचे जागणार. थोडा विचार करून ती तशीच उठून अंधारात शेताशेतानं पैठणच्या दिशेने निघाली. कसंही करून सकाळच्या आत तिला पैठण गाठायचं होतं. सडकेला समांतर ठेवून ती शेता-शेतानं स्वतःला लपवित चालली होती. उसाच्या फडात तिला सुरक्षित वाटत असलं तरी तिच्या चालण्यानं होणारा उसाच्या पात्याचा आवाज तिलाच घाबरवत होता. अंधार तरी सोबतीला होता म्हणून बरं. सात वाजेपर्यंत ती चांगतपुरी फाट्यापर्यंत पोहोचली. आता पैठण तीन किलोमीटर होतं. सुदैवानं तिला मुंगी-पैठण गाडी दिसली. तिनं धावत सडकेच्या मध्ये उभी राहून गाडी थांबवली. कचकचून ब्रेक दाबीत ड्रायव्हरनं शिवी हासडली; पण ती चटकन मागे पळत गाडीत चढली. अजून गर्दी नव्हती. तरी जाऊन येऊन शाळा करणारे चार-सहा विद्यार्थी गाडीत असतील. जागोजागी फाटलेलं पातळ आणि उसाच्या पात्यानं ओरखडलेलं शरीर तिच्या लक्षात आलं. पातळाला खूप सारे लांडगे चिकटलेले होते. तिच्या गावचा हाटकराचा डिगा दुधाच्या कॅनी घेऊन बसमध्ये

बसला होता. त्यानं तिला ओळखलं. जवळ येऊन म्हणाला, "छायाच ना तू अनसाबाईची?"

त्याला पाहून तिला अनावर रडू कोसळलं म्हणाली,

"हा. मला आईकडे सोडा जी, मी लई संकटात है."

डिगूनं म्हटलं "बरं बरं चिप चिप. पोहोचवितो तुला; पण झालं काय." तिला काहीच सांगता येत नव्हतं. ती फक्त रडत होती. पैठण आल्यावर डिगूनं कॅनी उतरवून घेतल्या. भान हरपलेली विमनस्क छाया अजून बसमध्येच होती. डिगू पुन्हा बसमध्ये चढला तिच्या हाताला धरून तिला उतरवू लागला. थकल्या छायाचा डोळा लागला होता की ग्लानीनं ती निश्चल बसून होती कुणास ठाऊक. त्याच्या स्पर्शानं ती प्रचंड घाबरली आणि थरथरू लागली. अस्फुट ओरडलीही. क्षणभर डिगाही दचकला. ती पुन्हा हमसून रडू लागली. पोरगी बरीच घाबरली दिसतेय हे त्याच्या लक्षात आलं होतं. थोडा दूर सरत तिला म्हणाला, "छायाताई, उतर माय. तुला अनसाबाईकडे पोहोचवितो मी. घाबरू नकोस, मी का कोणी परकाय व्हय?" तिला थोडा धीर आला. ती उतरली. डोकं बधिरलं होतं. रस्त्यानं डिगानं तिला खूप विचारलं; पण रडण्याखेरीज ती काही बोलत नव्हती. अनसाबाईनं अंगणात पाणी शिंपून हातावर मीश्री घेतली आणि दगडावर बसली. इतक्यात डिगाच्या मागोमाग रया गेलेली छाया येताना पाहून तिची मिश्रीची चिमूट निसटून गेली. ती तटकन उठून खाली उतरली. छायानं तिला मिठी मारली आणि सारी शक्ती एकवटून ती रडू लागली. दाटल्या कंठानं अनसाबाई तिला, "काय झालं माय? उगी गप... तोंडानं बोल पोरी काय झालं? मारलं का तुला त्यांनी? तोंडानं बोल पोरी. रडू नगंस... डिगाभाऊ काय झाल?..."

"चांगतपुरीला येष्टीला आडवी झाली. तेव्हापासून इचारतोय शब्द काढला नाही अन् असं नुसतं रडायली. तिला आत ने अनसामाय. भेली दिसतीय पोर. मला जरा दुधं पोहोचवायचीत. मी येऊ का?"

"आत तर चला डिगाभाऊ"

"नगं तिला बघा पायदळी आलीय पोरगी. उद्या चक्कर टाकतो. मग पाहू काय ते. येऊ का?"

डिगा निघून गेला. अनसामायचा ठोका चुकला होता. तिनं गरम केलेलं पाणी पोरीला दिलं. तिनं हात पाय धोईस्तोवर चहा ठेवला. छायानं हात-पाय धुतले अंगावर जागोजागी पडलेले ओरखडे पाण्याच्या स्पर्शानं चुरचुरू लागले.

अनसामायनं शिशीतलं तेल हातावर घेऊन तिच्या प्रत्येक ओरखड्यावर लावलं. चहा प्यायल्यावर तिला बरंच हुशार वाटू लागलं. तेव्हा तिनं आईला गयाच्या भेटीपासूनचा वृत्तांत सांगितला. अनसामाय कळवळली. माय... लेकरा कसल्या आगीत ढकललं व मी तुला? मपली बुध कुठं गहाण पडली होती का जणू. त्या तारीच्या नादी लागले. देवा... आता कसं काय करावं..."

आजच संत्या इथं येणार याची तिला खात्री होती. तोवर काय करावं तिच्या जीव टांगला गेला. खूप विचार करून तिनं काहीतरी मनाशी ठरवलं. सारं बळ निघून गेल्यासारखं झालं. दहा-साडेदहा वाजले असतील. जीव मुठीत धरून ती गाडीची वाट पाहत होती. एवढ्यात फटफटी गल्लीत शिरल्याचा आवाज आला. ती निकरानं उठली. खूप प्रयत्नानं चेहरा शांत केला. संता आणि त्याच्यासोबत एक आडदांड बाप्या आत शिरले. छाया आत चुलीच्या कोपऱ्यात अंग चोरून बसली. मोठा आवाज करीत संता विचारीत होता.

"आमची वयनी पळून गेली. उगं नाटकं करू नका. इथं आली का नाई ती?"

"व्हय आली की, कुठं जाणार संताभाऊ ती? पोर घाबरी झालीय. होऊ नई ते झालं बघा. आठ-चार दिस राहू द्या. जरा समजून बुजून पाठविते तिला. शेवटी तुमचंच धन ते. मी रांडव बाई कशी सांबाळीन तिला! मपलं आयका. आठ दिसांत सारं समजावून पाठवते बघा."

"आन् पुन्हा हे बी समजावा तिला की, चालाकी केली तर गाठ संताशी हे म्हणावं. चांगली राहिली तर काय कमी पडायचं नाई आन् नखरे केले तर आवगड व्हईन बघा."

"नाई; नाई; संताभाऊ, असं नाई व्हणार बगा. पायावर पाणी घ्या. चहा ठेवते."

"नगं चहा. मामी, नखरे तुम्ही बी करू नका. बरा तवर बरा है मी. वाकड्यात गेलो तर लई आवगड जाईन बघा. गोष्ट आपसातली है ती आपसात मिटवा आन् कुठं इकडं-तिकडं वाढवू नका. भायेर कोणाला सांगू नका. लक्षात आलं ना?" फटफटीची चावी वर फेकीत झेलीत तो अनसाबाईला धमकावत होता. चावी तशीच बोटात फिरवीत तो बाहेर पडला. सोबतच्या आडदांड माणसानं उगाच आत दोन पावलं येऊन चुलीकडे वाकून बघितलं. छायाचा जीव पाणी-पाणी झाला. फटफटी आवाज करीत निघून गेली तशी अनसामाय आत आली.

धास्तावून छाया म्हणाली, "आई खरंच पाठविणार हैस मला तिकडं? त्या परीस विहिरीत ढकल, मपला जीव घी."

"नाई गं बाई, आसं कसं करीन. त्या गुंडायला आपण दोघी आकाळणार व्हतो व्हय. म्हणून जरा गरिबीनं बोलले. आता चाल आपून पवार बाईकडं जाऊ. त्यांचे मालक फौजदार हैत आनू ती माणसं लई चांगली हैत. त्यानला सांगून पाहू सारं. पुढं देव करील ते खरं!..."

आणि काय झालं कुणास ठाऊक तिथून पुढं संत्यानं अनसामायचा उंबरा पाहिला नाही. पवारबाईनं सांगितलं की, मालकानं त्यांच्या गावात जाऊन चांगला पोलिसी हिसका दाखवला. हात भट्ट्याबिट्ट्या सारं बंद पडतील; पण मायलेकं जेलची हवा खायला कमीत कमी सात वर्षे जातील, अशी धमकी दिली म्हणे. पुढे काही दिवसांनी ताराबाई आली; पण अगदी गरिबीनं म्हणाली, "वहिनी, पोरगी सासरीच असलेली बरी. आम्ही आता तिला तरास नाई देणार; पण पाठवा आमच्या सुनंला."

तेव्हा अनसामाय कडाकडा भांडली तरी ताराबाई गुपचूप निघून गेली.

छाया मात्र खूपच भितरी झाली. रात्री आईला घट्ट पकडून झोपत होती. कुठं काही खूट वाजलं तरी दचकून उठत होती. दचक दिवा उतर, कुठं देवलाषी दाखवं असं करीत कशी तरी सावरली पोर. हळूहळू आईसोबत कामाला जाऊ लागली. चार-सहा घरची भांडी-धुणी-लादी पुसणं करू लागली. अनसामायला चांगलाच हातभार लावू लागली.

छाया रंगानं सावळी; काळी म्हणावी अशी होती; पण बांधा इतका गच्च होता की, पाहणाऱ्यांच्या नजरा पुन्हा पुन्हा वळत होत्या. गोल चेहरा. घट्ट ताणून बसल्यासारखी लुकलुकीत कातडी. अपरं नाक. गोल गोल डोळे, घट्ट बांधलेला केसांचा अंबाडा, घट्टच यण. रस्त्यानं चालताना नजर सरळ असे. उगाच मटकणं-मुरकणं जणू तिच्या स्वभावात नव्हतं. तिचं लावण्य खरोखर वेगळंच होतं. असाधारणसं. तिचं जगणंच जरा वळणं घेणारं का होतं कुणास ठाऊक. सरळसाधी पोरगी; पण नशीब मात्र तिरकं घेऊन आली होती. दोष तिचा होता की, तिच्या टंच बांध्याचा कोण जाणे!

गुजरात्याच्या घरची भांडी-धुणी करताना बऱ्याच जबाबदाऱ्या तिच्यावर येऊ लागल्या. गुजराती मॅडम शाळेत शिक्षिका होत्या. बऱ्याचदा पोळ्या टाक, कुकर लाव अशी कामं तिच्यावर येत होती. एकदा गुजराती काकांनी तिला चहा

करायला सांगितला आणि तिच्या मागोमाग किचनमध्ये जाऊन नको इतक्या सलगीनं उभे राहिले. घाबऱ्या-घाबऱ्या चहा गाळून ती पळतच बाहेर पडली. समोरच्या लिंबाखाली कितीतरी वेळ शरीराची होणारी थरथर काबूत आणायचा प्रयत्न करीत उभी राहिली. दुसऱ्या दिवशी फरशी पुसताना अर्धी पलंगाखाली अर्धी बाहेर अशी गुडघ्यावर ओणवी होऊन फरशी पुसत होती. इतक्यात गुजराती काकाच्या पाठीवर पडलेल्या हातानं दचकून अस्फुट किंकाळी फोडीत थरथरत ती उभी राहिली. गुजराती काका म्हणाले, "छाया घाबरू नको. तुला काही कमी पडणार नाही बघ. फक्त कुठं बोलायचं नाही. बाई देतात तितकाच पगार मी तुला गुपचूप देईन, तुझा नवरा नाही अन् माझी बायको असून नसल्यासारखी..." छाया मानेनं नाही नाही म्हणत धावत बाहेर पडली. मग तिनं कॉलनीतले सगळेच कामं सोडून दिले. आठ-दहा दिवस घरी बसून राहिली. अनसामायनं थोडं लोन घेऊन पुढची खोली नि एक बाथरूम बांधले होते. त्याची उचल दोघींच्या पगारातून होत होती. दरवाजा असलेलं पक्कं घर त्यांना तशी सुरक्षा देत होतं. घडला प्रसंग अनसामायला सांगितला तेव्हा ती म्हणाली, "आपून आपलं कामाशी काम करावं. बीननवऱ्याची बाई म्हटलं की, मुन्शीपाल्टीचं मैदान वाटतं सगळ्यांना. मला का कमी आनभाव हैत आसे; पण एक करायचं आपण. नवऱ्याबिगर ऱ्हातोत म्हणलं की लागलेच लांडगे हुंगायला. तवा सांगूच नई की, मला 'टाकलेलं' है म्हणून. आता जाऊ दी. मी तुला शिंदी कॉलनीतलं एका बंगल्यातलं एकच मोठं काम देते. चार-पाच घंटे तिथंच काम करायचं. तिथं दिवसभर एक म्हातारी अन् तिची सूनच ऱ्हात्यात. सून दुपारी माडीवर आसती आन् म्हतारी टी.व्ही. बघत खालीच बसती. श्रीमंत लोक हैत. दिवसा घरी माणसं जास्ती नाईत ऱ्हात." मग छायाचं काम सुरळीत सुरू झालं; पण अनसामायच्या पायाला कसलासा चर्मरोग झाला. फिनेल, साबन, वॉशिंग पावडर यांचा संपर्क आला की, तो वाढे. पायातून आणि बोटांच्या बेचक्यातून रक्त, पू वाहू लागे. अशा वेळी तिनं हे काम बंद करणं गरजेचं होतं. डॉक्टरांनीही तसंच सांगितलं होतं. म्हणून मग गेले दोन-तीन महिने तिचं काम छायाच करीत होती. पैकी सावंतबाईचं काम करता करता त्यांच्यात छान संबंध निर्माण झाले. सावंतबाईना लग्न होऊन सहा वर्षं झाली तरी मूलबाळ नव्हतं. त्यांची तळमळ होत होती. सहज छायालाही मूलबाळ नाही, लग्नाला चार-पाच वर्षे झाली हे कळल्यावर सावंतबाई फारच हळव्या झाल्या. म्हणाल्या, " छाया, चल माझ्यासोबत डॉक्टरांकडे,

तुलाही दाखवू, काय येईल तो खर्च मी करते." छाया गप्प झाली. तिला काय बोलावं ते कळेना. "आज नको. पुन्हा कधी तरी. असं म्हणत घाईनं बाहेर पडली. सावंतबाई खूपच प्रेमळ होत्या. अपत्यहीनता किती अवघड असते हे स्वानुभवावरून जाणून होत्या. छाया त्यांना मनातून आवडत होती. तिचा निःशब्द वावर, सरळ नजर आणि हेवा वाटावा असा टंच-गच्च बांधा. तिलाही मूलबाळ नाही आणि आपल्यालाही. हा एक दुःखाचा-न्यूनत्वाचा समान धागा दोघींनाही घट्ट बांधत होता. सावंतबाईनी तिला फारच आपलं मानलं होतं; कधी बांगड्या, कधी साड्या, त्या तिला सढळपणे देत होत्या. प्रत्येक महिन्याला पाळी आली की, त्या दिवसभर रडत बसायच्या. जेवायच्या नाहीत. डोळे सुजून जात. छायाच त्यांना चहा करून देई. धीर धरा बाई. देव आंधाळा नसतो, असा धीर देत असे.

दोन-तीन वेळा त्यांनी छायाला आपल्या सोबत येण्याचा खूप आग्रह केला. डॉक्टरांना एकदा दाखवून घेण्याचा आता टाळणंही बरं वाटेना तेव्हा तिनं सावंतबाईंना हलकेच सांगितलं की, ती नवऱ्यासोबत राहत नाही; पण तसं सगळ्यांना सांगत नाही आणि ते तसं न सांगण्याचं कारण म्हणून मग तिची सारीच कहाणी; अगदी समोरच्या गुजरात्यानं तिच्या केलेल्या विनयभंगापर्यंतची सारीच हकिगत सांगितली. हे अनुभव सांगताना छाया घृणा येत असल्यासारखी शहारत होती. संतापानं थरथरत म्हणाली, "अशी पुरुषाची जात लांडग्यावाणी आसती बघा. बिन झाकणाची बाई म्हणलं की, त्यानला लई पुळका येतोय तिचा. त्याच्यामुळं मी सांगत आसते का माझा नवरा नोकरी करतो; पण पगारीत भागत नाई म्हणून हात-भार लावते."

सावंतबाई तिची एवढी हकिगत ऐकून अगदी सुन्न झाल्या होत्या. जरा वेळ गप्प राहून म्हणाल्या, "पण मग छाया, पुढचं सारं आयुष्य तू असंच काढणार?"

"हा, बाई खरं सांगू का माणूस कोणचाच चांगला नसतो बघा. सारे लांडगेच आसतेत. म्हातारे-नैतारणे सारेच सारके आसतेत."

"पण छाया, तूच म्हणालीस ना की नवऱ्याचं झाकण पाहिजे म्हणून?"

"आवो निसतं सांगायला असतंय तसं. नवरा काय चोवीस तास बायकूच्या बरोबरच असतो व्हय? पण तरीबी अशा दलिंद्र्यायला बिना नवऱ्याची बाई म्हणलं ना की लय चेव येतोय तिला आदार द्यायला; पण ते जाऊ द्या. माझे सारेच अनुभव सांगितले तं रात पुरायची नाही. तुमी लई जिव्हाळ्यानं ऱ्हाता माझ्याशी म्हणून जरा मन हलकं केलं बघा. तशी आता लई धट झाले मी अन्

खरं सांगायचं तं ज्या घरात जादा येळ बाप्ये ऱ्हातेत तिथं कामच करीत नाई मी. आता उगं आईचं असं चामडीच्या रोगामुळं काम जमना. ते तिच्या कामापैकी तुमचंच एकलीचं काम मी करते आन् त्या शिंद्याच्या बंगल्यात चार-पाच तास जातेत. तिथं तो म्हातारा राहतो आन् त्याची बायकू दिवसभर टी. व्ही. पाहत बसतीय. त्यानचा पोरगा घरी नसतोय. रयवारी कवा कवा दिसतो; पण तव्हा घरात सारेच आसतेत; पण त्याची बी नजर जरा आशीच है. एकटा नसतूय घरात म्हणून बिंदास्त काम करता येतंय. पुन्हा त्याची बायकू बी लई देखणी है. एकदम हिरोयनीवाणी दिसतीय. तरीही काय खरं नसतंय बघा या अवलादीचं, इतक्या चांगल्या बायकूलाबी धोका देतात. बरं असं बी नाई का बा त्येला पोरं-बाळं नाईत, चांगले दोन गोड लेकरं हैत. जाऊ-मरू मला लई कावशी येतीय या साऱ्या मर्दायची," असं बोलणं संपवत छाया जाण्यासाठी उठून उभी राहिली. जणू मर्दाच्या उल्लेखानं तिच्या तोंडात किळस येऊन ओकारी आली होती आणि ती बाहेर जाऊन थुंकायची होती!

ती निघून गेल्यावर सावंतबाई किती तरी वेळा उगाच बसून होत्या. त्यांना छायानं वर्णिलेल्या मर्दाच्या पंक्तीत सुहासही दिसू लागला. तोही असा असेल? त्यांचं मन कुठं तरी धास्तावलं, तरी त्यांना ही कल्पना न मानवून त्यांनी तो विचार झटकला... आणि कामाला लागल्या. तरी मध्येच छाया म्हणाली होती की, 'इतक्या देखण्या बायकोलाबी धोका देतात. बरं असं बी नाई का तिला पोरं बाळं नाईत. चांगली दोन गोड पोरं हैत तरी बी..." स्वतःच्या देखणेपणाचा गर्व नाही म्हटलं तरी सावंतबाईना होताच; पण मूल-बाळ नाही म्हणून या देखणेपणाला न्यूनत्वं येतं का? या विचारानं खूप अस्वस्थ झाल्या. सुहासच्या हातूनही असं काही घडेल, आवडेल त्याला, नाही नाहीच आवडणार त्याला असं काही. केवढं प्रेम करतोय तो माझ्यावर. 'मला मूल नसलं तरी चालेल. मला माझी मिनूच हवी आहे,' असंच तर म्हणत असतो. या विचारावर त्या थांबल्या. सैलावल्या आणि सुहासला आता भूक लागली असेल म्हणून स्वयंपाकाला लागल्या.

सावंतबाई चार दिवस माहेरी गेल्या. त्या आल्यावर घराचा अवतार पाहून चिडचिडल्या. छाया का आली नाही म्हणून सुहासलाही विचारलं वैतागून. तर तोही चिडूनच म्हणाला मग काय झालं नाही आली म्हणून? दुसरी बाई भेटत नाही का? फालतू कशाहीसाठी डोकं का खातेस?"

त्यांना समजेना की याला चिडायला आणि तिला न यायला काय झालं. डोक्यात उगाच प्रश्न उठत राहिले. आपण इतरांपेक्षा चांगलं वागतो नोकरांशी; पण आपलं मीठच अळणी आहे बहुतेक. छायानं येऊन काही सांगूही नये?

संध्याकाळी दोन-तीन दिवसांचे साचलेले भांडे, कपडे, धूळ आवरून सुहासची वाट बघत बसल्या होत्या. आजही कंबर दुखू लागली. आधी वाटलं जरा दगदग झाली त्यामुळे असेल; पण मग मात्र ते परिचित विशिष्टं प्रकारचं कंबर आणि ओटीपोटातलं दुखणं... त्यांचं मन खूप उदासलं. याही वेळीही आय.यू.आय. फेल जाणार, या भीतीनं धास्तावून त्यांनी देवाला दिवा लावला आणि सोप्यावर येऊन बसल्या. पाळी येण्याची लक्षणं... त्या आता टाहो फोडत होत्या. इतक्यात पॉवर गेली. त्यांना आता बसवेना. बाहेर अजून प्रकाश होता. त्यांनी आपल्या हॉलचं दार बाहेरून बंद केलं आणि वर गच्चीवर आल्या. त्या स्वतःला रिझवण्याचा आटोकाट प्रयत्न करीत होत्या. सहा वाजले आता सुहासही यायची वेळ झाली. त्या रस्त्याकडे पाहत होत्या. सुहास आल्यावर त्याच्या गळ्यात पडून मनसोक्त रडायचं. आपण पुन्हा प्रयत्न करू, शांत हो, वगैरे ऐकायचं. दरवेळी उठणारा हा दुःखाचा डोंब त्याच्या अशा सांत्वनानं एक सुखदशी फुंकर मिळून जरासा थंडावत होता. कॉलनीच्या कमानीतून सुहासची स्कूटर येताना दिसली; पण त्याच्यामागे कोण अगदी खांद्यावर हात टाकून बसलंय? जीन्स घातलेली ती कोण होती? गाडी कमानीच्या आत आल्यावर ती बेहेऱ्यांची माधवी आहे हे तिच्या लक्षात आलं. त्या पोरीबद्दल कुणी फारसं बरं बोलत नव्हतं आणि सुहासनं का तिला असं गाडीवर आणावं? तीच म्हणाली असेल लिफ्ट हवी म्हणून... तरीसुद्धा तिला खटकलं. त्या खाली हॉलमध्ये येऊन थांबल्या? खाली सुहास पार्किंगमध्ये गाडी लावून वर येईपर्यंत त्यांनी खिडकीतून बाहेर पाहिलं. माधवी पायी चालत येत होती. तिचा आणि आपला फ्लॅट समोरासमोर असून माधवी कमानीजवळच्या कॉर्नरवर का उतरली? घरापर्यंत स्कूटरवर सुहाससोबतच का आली नाही. मला आवडणार नाही; असं वाटून सुहासनं तिला दूरवर सोडलं का?... की... त्यांचे विचार एकमेकांत गुंतत राहिले... नंतर मांड्यातून येणारे गरम ओघळ आणि ओटीपोटातून येणारी वेदना... त्या गदगदत राहिल्या... सुहासनं आत येऊन बूट काढले आणि खिडकीशी उभ्या असलेल्या मीनाला मागून मिठी मारली. ती रडते आहे हे लक्षात येताच त्यानं विचारलं, “मिनू, काय झालं? पाळी आली का?” त्यानं तिला घट्ट पकडून हळुवार तिचे अश्रू टिपले

आणि आपले ओठ तिच्या झरणाऱ्या डोळ्यांवर टेकवीत ओठांनी अश्रू टिपीत राहिला. त्यानंच ताट वाढून तिला भरवायला सुरुवात केली. मीनाला बरं वाटत होतं. आत उठणाऱ्या वेदनांना अपत्यहीनतेचा रंग होता की, सुहास माधवीच्या संबंधाविषयीच्या संशयाचा हे तिलाही कळत नव्हते. सुहास तिचे लाड करीत होता. एखाद्या बाळासारखं तिला तिच्या दुःखापासून बाजूला काढायचा प्रयत्न करीत होता. त्याच्या प्रेमाच्या वर्षावात ती भिजून चालली होती आणि तिला आता त्याची कीवही येत होती. आतून म्हणत होती किती प्रेम करतो सुहास माझ्यावर. ती सुखावून झोपी गेली. सकाळी सुहास लवकर उठून आवरून निघून गेला. जाताना झोपलेल्या मीनाच्या गालावर ओठ टेकवत म्हणाला होता 'मिनू, एकटी रडत बसू नको, मी जरा लवकर येतो. आज थोडं बाहेर जाऊ या."

हॉस्पिटलमधून बाहेर पडता पडताच तिने सुहासला ऑफिसात फोन केला आणि सांगितलं की संध्याकाळी आय.यू.आय. साठी बोलावलं म्हणून. त्यावर तो कोरडेपणी ठिकाय म्हणाला होता. प्रत्येक वेळी नवी उमेद आणणे आताशा तिलाही कठीणच वाटत होतं. आज सुहासचा आवाजही त्रासलेला वाटत होता; पण आज इंडोमेट्रिअम साईझ अन् फॉलिकल वेळेत रपचर होणं या गोष्टी प्रेग्नन्सीसाठी खूप पूरक आहेत, असं डॉक्टर म्हणाले होते. कुणी सांगावं... या वेळची ही तडफड शेवटची ठरेल... देवा... आता ही अखेरची ठरो... ती कळवळत होती. दुपारचं गरम वातावरण होतं. हॉस्पिटलातून बाहेर पडल्यावर ती रिक्षा न घेता दत्तमंदिराकडे वळली. मंदिराच्या सभामंडपाचं बांधकाम चालू होतं. खूप सारे मोठे दगड, विटा, सळ्या, सिमेंटच्या पसाऱ्यातून ती गाभाऱ्याकडे वळली. दुपारची जेवणाची सुटी असावी, सारे कामगार जेवणासाठी कापडी मंडपात बसले होते. ती पायऱ्या चढून आतल्या ओट्यावर चढली. एका दगडावर चांदण्यात बसावी तशी छाया शून्यात पाहत बसली होती. पायात चप्पल नाही. केस अस्ताव्यस्त. चेहरा भकास... भ्यायलेला. ती भानावरच नव्हती खरे तर.

मीनानं तिच्याजवळ जाऊन तिला आवाज दिला. तिला जणू ऐकूच येत नव्हतं. मीनानं शेवटी तिच्या खांद्याला धरून हलवलं. छायानं मीनाकडे पाहिलं. तेव्हा तिच्या डोळ्यात कसलीच ओळख दिसत नव्हती. मीना तिला छाया काय झालं, काही तरी बोल ना, अगं काय झालं असं सारखं विचारीत होती. छायाला बऱ्याच वेळानंतर मीनाची ओळख पटली असावी. जणू तिच्या मेंदूचे दरवाजे बंद झाले होते. दुसऱ्याच कुठल्या जगात ती पोहोचली होती. एक क्षण मीनाला

भीती वाटली की, छायाला वेड तर नाही लागलं. थोडा वेळ गेल्यावर छायानं मीनाला मिठी मारली आणि ओक्साबोक्शी रडू लागली. मीना बावरून गेली. काय झालं काहीच कळत नव्हतं. छाया मात्र सारखी रडत होती. प्रचंड घाबरली होती. मीना तिला शांतवायचा प्रयत्न करीत होती. मीनानं रिक्षा थांबवून छायाला स्वतःचा आधार देत रिक्षापर्यंत आणलं होतं. तोवर छायाला ग्लानी आली होती.

मीना छायाला घेऊन सरळ घरी पोहोचली. चार-साडेचार वाजून गेले होते. छायाला पाणी पाजून ती शांत व्हायची वाट पाहू लागली. हॉलमध्येच छाया आडवी झाली. खूपच थकली होती बहुतेक. तिला थोडं झोपू द्यावं म्हणून मीना तिची जागी होण्याची वाट पाहू लागली. मीनाच्या लक्षात आलं तिच्या हातातल्या बांगड्या फुटल्या होत्या आणि मनगटावर काचा घुसून आलेले रक्त सुकले होते आणि छायाच्या पायात चप्पलही नव्हती. भर मे महिन्याच्या उन्हात तापल्या दगडावर ती बेभान बसली होती. तिचं हे असं बसणं सहज नव्हतं. इतक्या उन्हात, तापल्या दगडाचे चटके शरीराला जाणवू नयेत इतकी ती दुखावली गेली होती का? की तिला वेड लागलं..? बापरे! म्हणून ही येत नाही का कामाला? तिच्या खांद्याला धरून मी हलवत होते तेव्हा किती विचित्र नजरेनं पाहत होती, अनोळखी असल्यासारखी? या शंकेबरोबर मीना शहारून गेली. तिला भीती वेढून राहिली... बराच वेळ.

छाया जागी झाली. तिनं मीनाकडे पाहिलं आणि ती उठून बसली. "छाया कसं वाटतंय आता?" मीनानं विचारलं उत्तराऐवजी छायाच्या डोळ्यांतून नुसते अश्रू वाहत होते. मीनानं पाहिलं छायाचा चेहरा वेदनाग्रस्त वाटत होता. वेडा-वगैरे नाही. किंचित सैलावत तिने छायाच्या पाठीवर हात फिरवत विचारलं, "काय झालं छाया, अशी उन्हात तापल्या दगडावर कशी बसली होतीस? आणि तिकडं दत्तमंदिराकडे कशी गेलीस?

छायानं खसाखस डोळे पुसले. जणू रडणं काय कामाचं आणि का रडावं मी, माझी काय चूक, असं तिनं स्वतःला बजावलं असावं...

डोळ्यात किळस आणि संताप भरून ती बोलू लागली, "ताई नानकनगरमध्ये शिंद्याच्या घरी काम करीत होते. मी सांगितलं ना की तो शिंद्या घरी नसतूय; पण आज तो एकटा व्हता. मी सारी झाडझूड केली. लादी पुसून फर्निचर पुसायला लागले. नेहमीप्रमाणे टेबल, टी-पाय पुसून लहान्या फोनच्या टेबलाजवळ

गेले. फरशी वाळायसाठी पंखा फूल केलता अन् फोनाखाली पुसून घ्यायसाठी फोन उचलून हातात घेतल्याबराबर पाच-पाचशे रुपयांच्या लई नोटा पंख्याच्या वाऱ्यानं उडू लागल्या. मी घाबरून फोन खाली ठेवला अन् त्या उडणाऱ्या नोटा गोळा करू लागले. मोठं बंडलच तिथं फोन खाली उघडं करून ठेवलं होतं. मला कळंना. भांबवल्यावानी त्या नोटा गोळा केल्या आन् चमकन् दोन वेळा चमकलं. दाराकडं पाह्यलं तर तो शिंद्या मपले फोटू घेत होता. मी म्हणलं, "भाऊ वाऱ्यानं उडत होत्या नोटा, फोनखाली कशाला ठेवल्या?" तर मेला माझ्याजवळ येऊन म्हणाला, "पाहाय तुझा फोटू, नोटा हातात घेऊन छातीवर दाबून धरल्यास तू. आता तुला जेलात घालतो. मी म्हणलं, "भाऊ मी चोरी केली नाही. त्या पंख्याच्या हवेत उडत होत्या म्हणून... " तवर त्यानं मला आपल्या जवळ ओढली. म्हणला गुमान म्हणतो ते ऐक. आज घरी कोणी नाही. या साऱ्या नोटा तुझ्याच समज आन् नाही म्हणशील तर हा पुरावा पोलिसात नेतो." मला त्यानं आवळून धरलं होतं. जीव लई कळवळत होता. कसं सुचलं कुणासं ठावं; पण मी त्याला म्हणलं, "बरंय. पण जरा फिनेलचे हात हायेत धुऊन घेऊ द्या. तुमी म्हणसाल ते मान्य है. असा खुशीत येऊन हसत त्यानं मला सोडलं. आन् सुटल्याबरोबर जे पळत सुटले ते कुठं पळते, चपला बी घातल्या नाईत, कायच कळत नव्हतं. वाट फुटेल तशी पळत सुटले. मंदिराजवळ पोहोचलं तवा पाय गळून गेलते..."

मीना सुन्न झाली. छायाचं नशीब वाईट होतं की तिचं टंच सावळं तारुण्य वाईट होतं? जे पुरुषाला असं वाईट बनवत होतं? जरा वेळानं छाया म्हणाली, "ताई, त्या फुटूमुळं लई घाबरा झालाय जीव. काय करील त्यो? पोलिसात जाईन?" "छाया, काही होत नाही. घाबरायला तर त्यानं हवं. तू काय चुकलीस? अन् असले फोटो बिटो कुणी पोलिसात नेत नाही आणि नेले तरी पोलिस मान्य करीत नाहीत. उलट तूच केस ठोक त्याच्यावर. बलात्काराच्या प्रयत्नाची किंवा विनयभंगाची."

"म्हंजी?"

"जाऊ दे. तो काही करू शकत नाही. फक्त तू घाबरू नको." तुझ्या मर्जीविरुद्ध तुला स्पर्श करणं, अर्वाच्य बोलून सलगी करणं अशा गोष्टी विनयभंगात येतात. तशी तक्रार केली तर कडक कारवाई केली जाते."

छाया विचारात गढली. पुटपुटली 'असं केलं तर मग कॉलनीतल्या साऱ्याच मर्दायला जेलात जावं लागंन..."

“काय? काय म्हणालीस?” मीनानं अर्धवट ऐकलं होतं.

“काय नाई ताई, बाप्याचं झाकणं नसलेलं घर आमचं या कोर्टाकचेऱ्याचं बळ कुठून आणावं? जाऊ द्या व्हायचं ते झालं. आपण बरं आपलं काम बरं. असं करणं सुद्धा कठीण झालं. इथं तर जितं राहणंच कठीण झालं. इथं हे लफडे करणं पोलिसाला पुरणं कसं व्हावं.” मीनानं चहा-पाणी झाल्यावर तिला विचारलं, “छाया, नानकनगर ते दत्तमंदिर हे तीन किलोमीटर अंतर तू उन्हात पळत गेलीस? निदान घराकडे तरी पळायचंस.”

“जीव वाचवून पळाले ताई. कुणीकडे पळते ते कळत नव्हतं.”

“होय गं... भांबावून गेली असशील जाऊ दे. नको करू असल्या घरची कामं आणि गेले आठ-दहा दिवस माझ्या कामावर का आली नाहीस?”

उत्तर टाळत छाया तटकन उठून उभी राहिली. काही तरी त... त... प... प.. करीत बाहेर पडली सुद्धा!

मीनाला शंका येऊ लागली. आपल्या गैरहजेरीत सुहासनं तर काही छायाशी गैरवर्तन केलं नसावं?... या विचारासरशी तिच्या हातातला कप निसटला. ती भिंतीला टेकून बसून राहिली... माधवीचं कमानी जवळ सुहासच्या स्कूटरवरून उतरणं, पायी येणं, सुहासचं दवाखान्यासाठी उदास होणं... तिचे डोळे वाहू लागले. तिच्या कानात सारखे शब्द येत होते-

“त्या शिंद्याची बायकू हिरोयनीवानी देखणी हाय. तरीबी वकट्याची नजर नाई बाई धड... बरं असं बी नाई का तिला पोरं-बाळं नाईत, चांगली दोन लेकरं हैत तरी बी...

छायाच्या मते मला मूल नाही तर सुहासचं असं वागणं... साहजिक असावं का? ती खूप वेळ तशीच उलट-सुलट विचार करीत होती. छायानं काम सोडणं... माधवी... सुहास...

कदाचित नसेलही यात सुहास. केवढं जपतो तो मला... संध्याकाळ झाली तशी ती उठली. सुहास पोहोचेलच आता. आय.यू.आय.साठी जायचंय आज. जावं का?...

जायलाच हवं. मी आई झाल्याखेरीज सुहासची मर्दुमकी कशी सिद्ध होणार... आणि माझीही... औरतकी सिद्ध करायचीय ना?...

पाहुणचार

नव्या बंगल्यात बिऱ्हाड हालवायचं होतं. परवाच झालेल्या दणदणीत वास्तुशांतीच्या सोहळ्याची झिंग अजून उतरली नव्हती. आम्ही सारेच भावंडं कर्तृत्ववान निघालो; असं आलेला प्रत्येक नातेवाईक भरभरून म्हणत होता. उमेशचा बिझनेस उत्तरोत्तर वाढत होता. मीही बऱ्यापैकी श्रीमंत म्हणवला जात होतो. खरं तर माझ्यासारखे नवश्रीमंत कमी नव्हते; पण माझं नाव आणि कौतुक होत होतं. ते खूप गरिबीतून खूप वर आल्यामुळे. सभोवतालच्या नातेवाइकांमध्येच खरं तर त्याचं कौतुक! कारण त्यांनी आपल्याला आपल्या वाईट दिवसांत पाहिलेले असतं! पण का कुणास ठाऊक एके काळी आर्थिकदृष्ट्या आपण खूप गरीब होतो, ही गोष्ट आपल्याला लांच्छनास्पद वाटत असते. खरं तर त्या 'गरिबी' ला आपण कारणीभूतसुद्धा नसतो. परिस्थितीतून बाहेर पडलो की आलेली 'श्रीमंती' आपल्याला सगळ्यात आधी त्याच नातेवाइकांना दाखवण्यात सार्थकता वाटत असते. त्यांच्याकडून आपल्या कर्तृत्वाला वाखाणून घेण्याची इच्छा जास्त असते. तसं त्यात गैरही नाही काही; पण हे सगळेच नातेवाईक निखळ प्रशंसा करत नाहीत. तोंडावर नाही पण मागे आवर्जून म्हणत असतात. "दीड दिसात अन् कोल्हं उसात. आता शान मारतंय. मोठा कष्टानं कमावलाय पैसा जसा! दोन-दोन दिवस उपाशी राहत होता आता विसरला वाटतं!" आणि

आपल्यालाही सुप्तपणे त्यांचा थोडा वैषम्याचा; जेलस झाल्याचा सूर ऐकायची इच्छा असते आणि त्याचसाठी आपण आपल्याही नकळत या अपेक्षेची पूर्ती व्हावी असा प्रयत्न करीत असतो. आता यात चांगले-वाईट असं काही ठरवायचं नाही; पण कालच्या वास्तुशांतीच्या कार्यक्रमामुळे आम्ही सारेच कोणी काय प्रतिक्रिया दिल्या, कोण जेलस झालं, याच्या चर्चेचा साभिमान आनंद घेत होतो. त्यात बाबांचे एक कलिग; बोराकाका खास मुंबईहून आले होते, त्यांनी उमेशला आणि मला जवळ घेतलं आणि पाणावल्या डोळ्यांनी म्हटलं होतं; "बाळांनो, नाव काढलंत, पांग फेडलेत आईचे. किती दुःख काढलेत आणि तशा परिस्थितीत खरं तर वाईट वळण लागायचं होतं तुम्हाला. बाबानं... कधी लक्ष दिलं नाही. तरी किती लायक निघालात तुम्ही. बेटा असंच मोठं व्हा. नाना-काकूला विसरू नका." आम्ही त्यांना वाकून नमस्कार केला. उमेशच्या कपाळाचं चुंबन घेत म्हणाले. तसं तुम्हाला मी सांगायची गरज नाही. नानानं सांगितलं मला तुम्ही त्यांच्याशी कसं वागता ते.

उमेशला अन् मला ही खरी पावती वाटली आपल्या परिश्रमाची. तसंही बाबा मोठे ऑफिसर होते; पण कुणास ठाऊक का यश, सौख्य, कीर्तीच्या शिखरावरून नियतीनं एकदम गर्तेत ढकललं होतं. दारूचं व्यसन लागलं बाबाला अन् सापशिडीच्या पटावरच्या मोठ्या अजगरानं गिळलं आम्हाला. आयुष्याच्या खेळातही उमेश-सरूनं नाही; पण मी शिडी-साप-शिडी असा प्रवास केला. आई-नाना-काकू, मी, बाबा माझ्या सात ते नऊ वर्षांपर्यंत वैभवाच्या शिखरावर होतो. सरू-उमेश ही पोरं सापाचं ग्रहण लागल्यानंतरची. मला अजूनही असं वाटत आलंय की, आई-नाना-काकू-आणि मी आम्ही कीर्तीच्या शिखरावरचं सुख भोगल्यानंतर दारिद्र्याच्या गर्तेतलं जे दुःखं भोगलं ते विचित्र, असहनीय असं होतं. कारण ही घुसमट, दुष्काळातला आपल्याकडे पाहण्याचा सर्वांचाच बदलेला दृष्टिकोन पचवणं जरा जास्त कठीण होतं.

अश्वत्थाम्यानं खरं दूध प्यायल्यावर त्याला पुन्हा पिठाचं दूध प्यावं लागलं असतं तर... जो त्रास त्याला झाला असता तो ते दूध पिऊ शकला असता का? आणि प्यावंच लागलं असतं तर... मला चांगल्या काळात भावकीतल्या चार पुतण्यांच्या शिक्षणाची व्यवस्था करणारे, चपराशाच्या पोरीचं लग्न करून देणारे आणि मावशीच्या लग्नाचा सहज भार घेणारे बाबा आणि आता मला वह्या-

पुस्तकासाठी तरसवणारे बाबा ही दोन्ही रूपं पचवणं नि त्यांच्या या रूपाला हिणवणारे; जे बाबाच्या पहिल्या अवस्थेत त्यांची थुंकी झेलायला तयार असणारे लोक-नातेवाईक स्वीकारून पचवणं त्या मानानं कठीण गेलं. हा बदल परिस्थितीत होता; पण व्यक्तीइतक्या चटकन बदलतात, हे त्या काळी खूपच जड गेलं आणि म्हणूनच मला माझ्या वास्तुशांतीच्या निमित्तानं मी मिळवलेल्या श्रीमंतीचं प्रदर्शन करावं असं वाटलं असावं... नव्हे वाटलेच... आणि मला नाही वाटत त्यात काही गैर होतं. बरं त्यात भर १९७७ साली कुसुम मावशीनं लिहिलेलं पत्र जुन्या कागदत्रात सापडलं. ते वाचलं... आणि मग भूतकाळातला तो प्रसंग आठवला. अगदी आता घडतोय असा... त्या पत्रात मावशीनं ती परत यात्रेसाठी येणार असल्याचं लिहिलं होतं आणि तिचं येणं हे आमच्यासाठी जरा सुखद वाटत असे. बाबांचा दारू पिऊन धिंगाणा, मारहाण, अश्लील शिव्या वापरीत निर्भान बोलणं. अगदी टोकाचं दारिद्र्य. खरं तर बाबांचं ते वागणं इतकं असह्य आणि गहीणीय होतं की आज वाटतं आपण कसं सहन करू शकलो ते. कधीच कसा प्रतिकार केला नाही. बरं हे असं आठवावसंही वाटू नये इतकं वाईट असूनही त्यांचा आमच्या मनातला आदर थोडाही कसा कमी होत नव्हता. मास्तरला शिव्या देऊन मला किंवा लहानया सरूला शाळेतून एखाद्या शुल्लक कारणासाठी घरी आणलं की स्वतः अगदी गायब होऊन जावं असा अपमान वाटे, वर्गातील इतर मुलं हसायची तेव्हा! मग खूप पिऊन गल्लीत पडले की, कुणी तरी सांगायला येई, बाबा बाजारगल्लीत कधी वेशीत, तर कधी कहार गल्लीत पडलेले म्हणून. त्यावेळी जीव द्यावा वाटे. मग आई-नानी हवालदिल होत. त्यांना गोषात राहावं लागत असल्यामुळे त्या बाहेर पडत नसत. अगदी मी आठ-नऊ वर्षांचा होईपर्यंत मला आठवतं आई-नानी कुठे गावी जाणार असतील तर त्यांच्यासाठी इब्राहिम तांबोळी खास तट्टा आणि पडदा असलेला तांगा आणीत असे. मंदिरात जाण्यासाठीदेखील समोर कंदील धरून चालण्यासाठी नाथ्या महार अदबीनं हजर असे. अजून मनात ती ऐट जागी असावी आणि म्हणूनच हे परिवर्तन असह्य होतं असावं. त्यात आपण विरघळून गायब व्हावं असं खूप वाटे. बाबा असे कुठे पडलेले वर्गातील मुला-मुलींनी पाहू नये असं खूप वाटे; पण आमच्या वडिलावरून कोणी काही हिणवून बोललं की, मला अजिबात चालत नव्हतं. कित्येकदा त्यावरून मी मारामाऱ्यादेखील केल्या आहेत. कुणास ठाऊक का; पण

बाबा इतके दारुडे झाले तरी गावत त्यांना चांगला मानही मिळत होता. एकेकाळी मोठं प्रस्त असलेली व्यक्ती म्हणून असेल. एकेकाळी म्हणण्यापेक्षा एकाहत्तरपर्यंत ते बडं प्रस्तच होतं. दिमतीला गाडी, दोन चपराशी होते. नोकरी सोडून फार काळही नव्हता लोटलेला. म्हणूनही असेल. आता या साऱ्या आठवणी तीव्र झाल्या त्या कुसुम मावशीच्या पत्रामुळे. खरं तर हे बदलतं जग माणसाला किती आमूलाग्र बदलून टाकतं याचा मासलाच त्यावर्षी मावशीनं प्रत्यक्ष दाखवला का?

त्या पत्रात मावशीनं येण्याची जी तारीख दिली होती ती उलटून तीन-चार दिवस झाले होते. ती यावी असं आम्हा सगळ्यांनाच मनातून वाटत होतं. उमेशनं पुन्हा ते पत्र घेतलं, वाचलं नि म्हटलं 'विसरून गेली की काय ती यायचं? त्याच्या या वाक्यानिशी आम्ही सारेच निराश झालो. सरस्वतीला काल जत्रेत पाहिलेली लाल मण्यांची माळ घ्यायची होती, बाळाला तिनं आणलेल्या गुळाच्या तेलच्या खायच्या होत्या आणि उमेशला आणि मला यात्रेची 'खर्ची' मिळणार होती. मावशी जर आली नाही तर... हे सारं स्वप्न भंगून जाणार होतं. मी मग साऱ्या पोरांना तुळशीच्या ओट्यावर बोलावून गोष्ट सांगू लागलो. नाराजीनंच तयार झाले. ते थोड्या वेळानं आजीनं ओट्यावरून हाकललं तसे सारेच मागच्या अंगणात जाऊन बसलो. तिथं वाकळ अंथरून चांदण्या पाहत, चोरखटलं, त्रिकांडं, विंचू पाहत-पाहत मावशी न आल्याची खंत विसरून झोपी गेलो.

"जयाऽऽ" या जबरदस्त... नित्य परिचयाच्या धडकी भरवणाऱ्या हाकेनं जागा झालो. बाबा 'तर्रर' होऊन आल्याची ती खूण होती. मी आणि सरस्वती जागे झालो. उमेश-बाळ मात्र गाढ झोपलेले होते. आर्वाच्य शिव्या मोठ्या आवाजात देत त्यांनी कानाला धरून मला उभं केलं. 'गुरडे' मास्तरकडून 'दिवाळी अंक' आणायची आज्ञा झाली. रात्रीचे अकरा वाजून गेले असतील. गाव सामसूम झालं होतं. नाही म्हणायला खंडोबाच्या गावखुरात नदीपलीकडे फिरत्या सिनेमाच्या टॉकीज आल्या होत्या. त्यांचे तंबू उभारण्याचे काम चालू होते. त्यामुळे नेहमीसारखं शांत भयाण वाटत नव्हतं. तर सिनेमाच्या डायलॉगची कॅसेट कर्ण्यामधून कानात घुसून आल्हादत होती. मी सरूला डोळ्यानं खुणवून झोपी जा असं म्हटलं नि ती तशीच ढोंग करू लागली होती; पण आता पेठ ओलांडून शिंपी गल्लीत तेरा वर्षांच्या मला एकटं जाणं शक्य नव्हतं, मी तिला हळूच उठवून स्वतःबरोबर येण्यासाठी तयार केलं. पुस्तक आणायला गुरडेसरांकडे जाण्यापेक्षा पेठेमागून

अंडी आणायचं काम आज हवं होतं. यात्रेच्या तयारीत झगमगत्या दुकानाच्या मांडामांडीच्या गजबजीत भीती वाटली नसती; पण आता तर शिंपी गल्लीतून जायचं होतं. मी सरूला घेऊन बाहेर पडलो. गुरडेसरांना इतक्या रात्री उठवून 'दिवाळी अंक' मागणं या कल्पनेनंच पोटात गोळा फिरत होता. रस्त्यात बुढी कलालीणची माडी होती आणि तिथं बुढी कलालीण मोठ्ठी चेटकीण होऊन बसल्याची आणि तिला भिक्या भिलानं प्रत्यक्ष पाहिल्याची पक्की खबर पक्यानं आजच शाळेत दिली होती. सारा जीव हे आठवून गोळा झाला. कर्णेसरांनी सांगितलं 'भूत ही केवळ एक संकल्पना आहे' आणि प्रत्यक्षात तसं काहीच नसतं, सारे आपल्याच मनाचे खेळ असतात, वगैरे... तत्त्वज्ञान त्या काळच्या आठव्या वर्गाच्या विज्ञानाच्या ज्ञानात घुसत नव्हतं. खरं तर या भीतीमुळेच मी सरूला सोबतीसाठी खूप अनिच्छेनं उठवलं होतं. आम्ही दोघंही बाहेर पडलो. कलालीणच्या माडीजवळ पोहोचायच्या आधीच मी मोठा आव आणून सरूला म्हटलं, "सरू, भूत-बीत काय नसतं बरं. कर्णेसर म्हणाले की, ती एक कल्पना असते फक्त. आपल्याला होणारा भास!" हे म्हणताना आतलं फाटकं बनियन घामेजून गेलं होतं, "पण जयाभाऊ मुक्या गोजीला बुढी कलालीणच्या भुतानं आमोशाच्या रात्री घोसळून मारलं ना? आणि रात्री ती शिव्या देते नि कडाकडा बोटं मोडते तो आवाज तर सदू लव्हारानंपण ऐकला म्हणे... मला भीती वाटते रे..." असं म्हणत सरू मला घट्ट बिलगून चालू लागली. मलाही भीतीनं शब्द फुटत नव्हता; पण बळेच मी आव आणत तिला आणि स्वतःला ओढत होतो. इतक्यात पाटलाच्या पडक्या ओस गोठ्यातून एक वटवाघूळ फडफडत डोक्याला निसटतं स्पर्शून उडालं. मी आणि सरूनं अस्फुट किंचाळत एकमेकांना मिठी मारली. धपापत्या उरानं स्थिर उभे राहिलो. क्षणभर वाटलं असंच जावं नि बाबांना ओरडून म्हणावं, नाही जात इतक्या रात्री सरांना उठवायला... झोपा चुपचाप काय वाचणार एवढी प्यायल्यावर? पण सारं अवसान गळून गेलं. सरूची पकड इतकी घट्ट होती आणि भीतीनं तिचे दातही वाजत होते. मी तसाच चार पाय ओढत पुढे निघालो. सरूला म्हणालो, देवाचं-रोकडोबाचं नाव घे भूतं घाबरतात... तर ती म्हणते-नाही-मी खोलेश्वराचंच नाव घेते. तो भुतांचाही देव आसतो... 'बरं... चलं' म्हणत आम्ही दोघंही मनातल्या मनात-रोकडोबा-खोलेश्वराचा धावा करीत निघालो. बुढी कलालीणची माडी ओलांडताना जणू

श्वासही थांबला होता. शिंपीगल्ली ओलांडून गुरडेसरांच्या घराजवळ पोहोचताना आता मात्र भुताच्या भीतीनं उठलेल्या गोळ्यापेक्षाही मोठा गोळा माझ्या पोटात उठला. मला काय वाटत होतं कुणास ठाऊक, भीती, लाज, कानकोंडेपणा की संताप? खूप बळ एकवटून पाहिलं; पण मन तरीही सरांना हाक मारण्यासाठी तयार होईना. शेवटी सरूला म्हटलं, "सरू, तू सरांना आवाज देते का? मला सर रागावतील गं? तिनं काही उत्तर द्यायच्या आतच दोन-तीन कुत्रे कर्कशपणे भुंकू लागले. त्यांच्या त्या भुंकण्यात सरूच्या मोठ्यानं किंचाळण्याचा आवाज मिसळू लागला. ती सलगपणे जणू कुत्र्याच्या आवाजाशी चढाओढ करू लागली. मीही हाड-हाड करीत कुत्र्यांना ओरडून हाकलायचा प्रसत्न करू लागलो. सटासट चार-पाच घरांची दारं उघडली गेली. 'कोण आहे?' काय झालं? म्हणत तीन-चार जणं बाहेर आली. कुणी तरी कुत्री हाकलली. आम्हाला घाबरू नका म्हणाले. हिंदूराव साहेबाची पोरं कुत्र्याला भ्यायली अशी चर्चा होत राहिली. इतक्या रात्री कशाला आली? या प्रश्नाची भीती होती. खूप कानकोंडं वाटत होतं. सगळ्यात शेवटी गुरडेसर लुंगी गुंडाळत बाहेर आले. ते दरडावूनच म्हणाले, "काय जया, काय चाललंय?" हा प्रश्न झेलण्याची माझी तयारीच नव्हती बहुतेक. मी अडखळत म्हणालो, "का... काय नाही सर, बाबांनी दिवाळी अंक मागितला सर..." आपल्या मनगटातल्या घड्याळाच्या जागेवर बोट ठेवून प्रश्नार्थक तर्जनी हलवीत त्यांनी खुणेनचं ही काय वेळ आहे, असं विचारलं. मी दुःखं- अगतिकता लपवित लाचारसं हसलो. सरांनी पुन्हा स्पष्टच विचारलं, "पंग आहेत का बाबा तुझे?" पुन्हा स्वतःला विरघळवून टाकावं असं वाटलं. खूप वैतागून त्यांनी दिवाळी अंक दिला.

येताना पुन्हा खोलेश्वर-रोकडोबा यांना मनातल्या मनात हाकारत परतलो. बाबाचं ताट वाढून ठेवलेलं होतं. नेहमीप्रमाणे पहिलं ताट उधळून भिंतीवर सारे कालवणाचे शिंतोड उडालेले होते. हे सारं आता एखाददोन तास चालणार होतं. वाड्यातले इतर लोक मनात शिव्यांची लाखोली वाहत असतील, या विचारानं मी आणखीच ओशाळा झालो होतो. कधी तरी झोपी गेलो...

दुसऱ्या दिवशी ओसरीवर आजी नानीच्या फाटक्या साडीला ठिगळ लावत होती. दुपारच्या वेळी तिचा नित्याचा आवडता (?) उद्योग आसावा! सरू चांदोबाचं जुनं पुस्तक वाचण्यात गुंग झालेली होती. काकू खोलीत झोपलेली होती. इतक्यात

मावशी तिच्या पोरीला घेऊन आली. कुठला तरी एक अनामिक आनंद झाला होता; तिच्या येण्याचा की 'खर्ची' मिळण्याचा? सांगता येत नाही; पण कुणी आलं की, उगाच बरं वाटत होतं. कदाचित त्या वातावरणात बदल हवासा वाटत असावा. आजी चटकन उठत 'अगं सरे कोण आलं बघ...' म्हणत आत जाऊन भाकरीचा तुकडा -पाणी घेऊन बाहेर आली. तो तुकडा तिच्यावरून ओवाळून टाकीत तिला आत घेतलं. उमेशला आणि आईला बोलावायला सरू आनंदानं पळत गेली. कुसुम मावशी आईच्या पाया पडली. तोवर आई आली. मावशी तिच्याही पाया पडली. आईनं तिला जवळ घेऊन तिच्या चेहऱ्यावरून हात फिरवला. त्या दोघींच्या चेहऱ्यात विलक्षण साम्य होतं. नवी साडी, गोरा रंग यामुळे आईपेक्षा ती जरा चांगली दिसत होती. दुसऱ्या दिवशी मावशी सरूला, बाळाला घेऊन यात्रेत गेली होती. तसं मावशी तिच्या लग्नाच्या आधी आमच्याकडेच राहत होती. त्यामुळे तिला आमचं गाव, यात्रा सारंच नवीन नव्हतं. काकू नानाला म्हणाली, "कुसुमताई दोन-तीन दिवसात जाणार आहेत. त्यांना बोळवण करावी लागते, तर साडी आणावी लागेल.' नाना गप्पच बसला होता. काकू त्याला खूप घाबरत होती. तिची पुन्हा विचारायची हिंमत झाली नाही. घरात नाना एकटाच कमवत होता. रात्री उशिरा मावशी नि पोरं यात्रेतून आले. मला दोन रुपये खर्ची मिळाली होती. सरूला घेऊन मी सिनेमाला जायचं ठरवलं होतं. लाल मण्यांची माळ घालून सरू स्वतःशीच हसत होती. रात्री उशिरा सिनेमा पाहून घरी आलो. बाबांचं अर्वाच्य-विसंगत आणि अनाठायी मोठ्यामोठ्यानं बोलणं चालू होतं. डोक्यातला सिनेमाचा माहोल पार बदलून गेला...

रात्रीची बाबांची दारू सकाळी १०-११ वाजेपर्यंत बाबांमध्ये आपला मागमूसही ठेवत नव्हती. मी ओसरीवर उंबऱ्यात बसून आतला कानोसा घेत होतो. बाबा मावशीशी बोलत होते.

"काय कुशे, काय म्हणतो विष्णू तुझा."

"काय म्हणणार. भौजी तीन दिवस झाले येऊन मला. साधी दखल घेतली नाहीत. आज विचारता. हीच का किंमत आल्या पाहुण्यांची?"

"हाँ. बरं बरं. तू काय पाहुणी बिवणी नाहीस."

"असं कसं कितीही बालपण इथं काढलं असलं तरी आज पाहुणीच ना मी. उद्या सरूचं लग्नं झालं तर तीसुद्धा पाहुणीच होणार या घरची... पण तुम्हाला

काही दखलच घ्यायची नाही, कालपर्यंत कळलंही की नाही कोण जाणे मी आले ती!"

"बरं बरं, पाहुणी तर पाहुणी..." मग आईला उद्देशून म्हणाले,

"काय रे... हिला कोणी पाहुणचारबी केला का नाही?" आई वैतागून म्हणाली, "कशाचा करू? भाकरीला पीठ तरी होतं का? काल गंगूबाईकडून दोन पायल्या ज्वारी आणली म्हणून निदान भाजी-भाकरी तरी खाता येतीय... म्हणे पाहुणचार केला का?" यावर थोडा वेळ बाबा शांत बसले. मग परत आईला उद्देशून म्हणाले," असं कर ते मोठं भगोनं विकून टाक अन् मग आणा त्यात सामान. नाही तरी हे एवढं मोठं भगोनं कशाला पाहिजे?" आईचा चेहरा पिळवटून निघाला. ती चिडून रडवेली होत म्हणाली, "हेच करा आयुष्यभर... काहीच कसं वाटत नाही..." इतक्यात मावशी तटकन उठत म्हणाली, "भौजी, नको-नको. मी भेटीसाठी येते तुमच्या. पाहुणचाराचं काय नाही. मला आता एवढी वर्षं इथं राहिलेय तर माहेर म्हणून यावंसं वाटतं. पाहुणचारासाठी का कोणी येतं इतक्या लांब भाडं खर्चून?" आणि असं म्हणतंच ती बाहेर पडली. यावर कोणीच काही बोललं नाही. नानी भाकरी करीत होती. तिला बाबांनी थांबायला सांगितलं म्हणाले, "जया भगोनं घेऊन जाईल. कुसुमला पुरणपोळी करा. अन् रघूनं तिच्या साडीचा काही विषय घेतला?" काकूनं सांगितलं नाही. मी काल कानावर घातलं त्यांच्या. काही बोलले नाहीत." बाबा पुन्हा म्हणाले 'आज पुन्हा कानावर घाल त्याच्या.'

आईनं बडबड करीत मला घडवंचीवर चढवून खोक्यावर ठेवलेलं भगोनं काढायला सांगितलं. ते चांगलंच जड होतं. माझा त्याच्या वजनाचा अंदाज चुकला असावा. ते हातून निसटून खाली पडलं. कुणास ठाऊक कसं पण भगोन्याच्या काठाच्या धारेनं आईच्या पायाची करंगळी फुटली होती. रक्ताचे थेंब जमिनीवर पडू लागले. आईनं भगोनं हातात धरून पाहिलं. तिच्या पायाच्या करंगळीतून येणाऱ्या रक्ताकडे तिचं लक्षच नव्हतं. नानीनं उठून, "आहो आक्का थांबा, बोट फुटून रक्त येतंय, जरा हळद भरू द्या. असं म्हणत तिच्या बोटावर हळदीची पूड लावली. आई खूप बडबडत होती. "काय वेळ आणली या माणसानं. भांडे सुद्धा पुरेणात विकायला. काय जाळायचीत यांची मोठी नावं. काय कमी होते? एवढी मोठी नोकरी घालवली. शेती विकली. सोनं-नाणं काय ठेवलं

यांनी? नुसता देशमुखी थाट. बायकांना तरी कामावर जायची सोय पाहिजे होती. दैवं-दैवं म्हणत तोंड दाबून बुक्क्यांचा मार. एवढा मोठा साहेब तुटकी चप्पल घालून फिरायची लाज नाही अन् भांडे मोडून का होईना मोठेपणा जपायचीही लाज नाही...'' आई असंच खूप बोलत होती. तिचं दुःख मला त्याही काळात कळत होतं... तिच्या बोटातून येणाऱ्या रक्ताचं वाईटही वाटत होतं. मग काकूनं आईला चहा करून दिला. मला म्हणाली, ''जा जया, ते भगोनं जत्रेत मोडून ये. सोबत जोशांच्या सुभान्याला ने. तुला दुकानदार फसविल.'' मी हो म्हणत भगोनं डोक्यावर घेतलं. पुरणपोळीच्या आशेनं बरं वाटत असलं तरी भांडं मोडणं जरा अवघड वाटत होतं. नदीच्या वाळूत केलेल्या छोट्या झिऱ्यातून पाणी आणावं लागे. एक खूप मोठा पितळी हंडा होता. डोक्यावर भरून ठेवला की, तेवढा जड नव्हता वाटत; पण पाणी फार फटकन भरून होई. तोही हंडा असाच कसार मामाच्या हाती दिला विकायला मोडीत. तेव्हापासून लोखंडी हंड्यानं पाणी भरावं लागतं. कितीदा मेनकापड जाळून त्याचं भोक बुजवलं; पण गळतोच. झिरा ते घर पार भिजून जातो मी. हंडा घेऊन वाड्याच्या बाहेर पडलो. तेवढ्यात माडीच्या खिडकीतून मावशीनं मला आत बोलावलं, म्हणाली, ''जया, भगुनं मोडू नकोस फक्त किती रुपायांत घेता तेवढं विचारून ये, जत्रेत काय?''

''बरं. पण मग पैसे...?''

''मी देते तेवढेच पैसे. जा भाव कर. वजनाकडे लक्ष दे.''

''हो. मावशी, पण मी सुभान्याला नेतोय ना बरोबर.''

''ठीक. लवकर ये. जा.'' मी भन्नाट पळत गेलो. सुभान्यानं नि मी त्या भगोन्याचे वजन करून दुकानदाराला भाव विचारला, ३९ रुपये ७० पैसे. सुभान्यानं ४० रुपये कबूल करून घेतले. मग आम्ही घरी आलो. ओसरीवर आई डोळे गाळीत शेणानं सारवीत होती. हातातलं भगोनं बघून तिनं मला विचारलं, ''जया? वापस का आणलंस भगोनं?''

''मावशी म्हणाली की, विकू नकोस मी देते पैसे.''

आई हसली. भगोनं हातात घेऊन म्हणाली, ''चला. बरा विचार करू लागली कुसुम...'' इतक्यात कुसुम वरतून ओसरीवर आली. तिला कुठं कुठं चहा प्यायला बोलावलं होतं तिथं जायचं होतं. तिला भगोनं दाखवीत आईनं विचारलं, ''कुसुम काय गं? हे काय?'' यावर चाचरत मावशी म्हणाली, ''आक्का... अगं... मी

म्हटलं... इतकी मोठी जडवड भांडी आता कुठं मिळतात गं... उगं मोडून मोकळं झालं की कुठं घेणं होणारय आता? म्हणूनच जयाला म्हटलं जरा भाव करून ये मी तेवढेच पैसे देते... आणि दुकानदारापेक्षा माझ्याकडे राहिलं हे मोठं भगुनं तर..." आईनं तीव्र दुःखानं तिच्याकडे पाहत म्हटलं, "हं तेच तर म्हटलं कुसुमनं काही विचार केलाच असेल..." कुसुम मावशी चप्पल घालून सरूला हाताला धरून निघून गेली. आईनं भगोनं जमिनीवर रागानं आदळलं. नानी काकूला आवाज देऊन म्हणाली, "नानी ऐकलं? कुसुमनं विकतं घेतलं हे भगोनं मोडीत. भाव करून." काकूचा चेहराही पिळवटला- आईच पुढे बोलत राहिली. "आठवतं नानी, दोन वर्षामागं यांनी एकेक वस्तू मातीमोल विकायला धडाका लावला होता, म्हणून ह्याच कुसुमला चांदीचं कुंकूपाळं, एयरिंग पत्त्या, लेकराचे जुने वाळे अशी चांदीची पावशेर भर मोड दिली. दारूत जाऊ नये या भीतीनं आणि..." आईला कंठ दाटून आल्यामुळे पुढे बोलता येईना. काकूचेही डोळे भरून आले आणि नानीनं ॲल्युमिनिअमचं भगोनं मातीनं बुड घेऊन आणलं होतं पुरण शिजू घालण्यासाठी.

वास्तुशांतीच्या सोहळयाची धुंदी उतरली. माझ्याही भरल्या डोळ्यासमोरचं ते १९७०-७१ मध्ये आलेलं पोस्ट कार्ड धूसर झालं होतं.

गुस्ताखी!

तळ्याकाठी बसलेलं ते जिवंत रूपशिल्प तळ्यात धप्पकन झालेल्या आवाजानं तंद्री भंग होऊन दचकून भानावर आलं. कारंज्याच्या तुषारांनी मावळत्या सूर्यकिरणांचे रंग लेवून नृत्य करताना तलावाच्या संथ पाण्यात उगवलेले लयबद्ध तरंग पाहण्यात ते शिल्प अगदी निर्भान झालं होतं. भानावर येताच राजकुमारी वल्लरीने राजवाटिकेत कुणीतरी दगड फेकला हे जाणलं. तिची एकांती लागलेली तंद्री भंग करण्याचं धाडस कुणी केलं? हा प्रश्न पडून तिची उजवी भिवई अधिकच वक्र झाली आणि नाकाच्या पाळ्या फुगून थरथरू लागल्या. नाकातल्या हिऱ्याच्या चमकण्याने प्रकाशाचे देखणे नृत्य तिच्या चेहऱ्यावर रंगीत प्रकाशगोल उमटवू लागले. तळ्यातल्या कारंज्याच्या तुषाराच्या नृत्याचा आस्वाद घेणाऱ्या वल्लरीची रसिकता क्षणात लोपून तिच्यातील राजकुमारी जागी झाली. आमच्या एकांतात भंग करणारा हा दगड कुण्या गुस्ताख हातांनी तलावात फेकला? या प्रश्नानं संतापून तिनं कर्कश आवाजात खोजाला हाकारले. काही तरी बिनसलंय हे तात्काळ ताडून गुलाब खोजा राजकुमारीसमोर भीतीचे भाव चेहऱ्यावर न उमटू देण्याचा लाचार प्रयत्न करताना मुजरा करीत "जी, युवराज्ञी" म्हणून वाकल्याच अवस्थेत उभा राहिला. तोवर जो आवाज ऐकून युवराज्ञीची खास दासी आणि सखीही असलेली मालविका आणि इतर दासीही तेथे आल्या. एव्हाना युवराज्ञी उठून संतापानं मुठी आवळीत

तलावाकाठी असलेल्या घुमटाकार चौथऱ्याकडे निघाली. नक्की काय झालं असावं याचा अंदाज कुणालाच येत नव्हता. पायऱ्या चढून चौथऱ्यावर पोहोचल्यावर तिथे असलेल्या सिंहपुतळ्याच्या मानेवरील आयाळीला पकडून राजकुमारी पाठमोरी उभी ठाकली. आयाळीवर आवश्यकतेपेक्षा जास्त आवळलेली मूठ संतापाची पातळी बरीच वरची आहे हे समजण्याइतक्या सर्वच दासी समजदार होत्या. त्या भांबाबून एकमेकींकडे पाहू लागल्या.

"गुलाबऽऽ" संतापदग्ध स्वरात कर्कश हाक येताच गुलाब खोजाच्या हातातली खंजराची मूठ निसटून खंजर गवतावर पडलं. ते उचलित कोरड्या पडलेल्या कंठानं म्हटलं, 'जी... जी... युवराज्ञी...' "राजवाटिकेत आमच्या खास केवळ आमच्यासाठी असलेल्या तलावात कुण्या गुस्ताख हातांनी हा दगड फेकला? आणखी वीतभर जरी तो पुढं येता तर..? कोणी केली ही हिंमत? या दक्षिण भागाकडून तो आला. हा दगड मारणारी व्यक्ती ताबडतोब येथे हजर करा."

"जी... जी... युवराज्ञी..." स्वतःला सांभाळत खोजा काही पावलं उलट चालत गेल्यावर, भरभर वाटिकेच्या बाहेर पडला. युवराज्ञीचा संताप तो जाणून होता. निखाऱ्याशी स्पर्धा करणारा त्यांचा संताप कधी काय करील याचा नेम नव्हता. एकदा षोडशा असलेली ही युवराज्ञी या तलावात एकांती जलविहार करीत असताना फुलपाखराच्या मागे धावत चुकून तलावाजवळ आलेली दासी निरजा एकवस्त्र राजकुमारीचं संगमरवरी सौंदर्य पाहत क्षणकाल थांबली आणि या अपराधाबद्दल युवराज्ञीनं तिला उत्तरीयाशिवाय वावरायची सजा दिली होती. उफाड्याचं यौवन उत्तरीयाशिवाय मिरवताना मरण यातना सहन करणाऱ्या निरजानं शेवटी आत्मघात करून घेतला होता. ही आठवण प्रत्येकाच्याच मनःपटलावर क्षणकाल चमकून गेली आणि एका वेगळ्याच धसक्याने प्रत्येकजण आपापल्या जागी धपापत्या उराने श्वास रोखून उभे राहिले. किंचित काल जाताच मालविकाने हळूहळू चौथऱ्याकडे जाण्याचे धाडस केले. दोन-चार पायऱ्या चढून ती आदमास घेऊ लागली. युवराज्ञीची देखणी तनू अजूनही थरथरत होती. मालविका थबकून मागे सरकली.

युवराज्ञी वल्लरी म्हणजे शाकंभीनगरीची राजकन्या, राजा शांभव आणि महाराणी विशाखा यांचा जणू प्राण होती. अनेक वर्षे व्रत-वैकल्ये, दान-यज्ञ करून मिळवलेलं एकुलतं कन्यारत्न म्हणजे साऱ्या शाकंभीनगरीचाही जीव की

प्राण होती. तिच्या अशा तळहातावर वाढण्यामुळे तिचे व्यक्तिमत्त्व थोडे एकांगी-एककल्ली झाले होते. ती एक मनस्वी स्त्री होती. एखादी गोष्ट तिला हवी आहे आणि ती उपलब्ध नाही असं झालं नव्हतं कधी. थोडीही दिरंगाई तिला सहन होत नसे. बाहुलीची केशरचना करताना तुटलेल्या चार केसांच्या बदल्यात पद्मावतीला आपली पूर्ण वेणी गमवावी लागली होती. या मनस्विनीसमोर प्रत्यक्ष कळिकाळालाही ती चिडलेली असताना उभं राहण्यासाठी हिंमत जमवावी लागेल. या साऱ्या विचारांचे पदर मालविकाला सरसर स्पर्शून गेले. क्षणभर पायरीवर थांबून ती परतली. नक्की काय झालं असेल? या संभ्रमात ती मागे येऊन उभी राहिली. काही वेळ विलक्षण तणावात गेला. युवराज्ञी तशीच सिंहपुतळ्याच्या आयाळीवर आपला मृदुल पंजा कठोरतेने आवळून उभी होती. तिची पाठमोरी आकृतीही कमनीयतेबरोबरच थरथरून संतप्त विखारही दर्शवत होती. तिने आवळलेल्या पंजात पुतळ्याऐवजी खऱ्या सिंहाचे केस असते तर कदाचित भाजून जळून गेले असते.

थोड्या वेळात गुलाब खोजा दोन शिपायांसोबत एका तरुण व्यक्तीला घेऊन आला. तो तरुण कमरेला फक्त अधरीय परिधान करून होता. त्याच्या हातात गलोल होती आणि उघड्याबंब पाशाणी छातीवर आडवे धनुष्य अडकवलेले होते. चेहरा सुंदर होता. ओठांवर बारीक मिशांच्या दोन तलवारी दिमाखत होत्या. डोक्याला लाल वस्त्राची दोन बोट पट्टी बांधून त्याने आपले अर्धे भाल वेष्टून ठेवले होते. त्या पट्टीवरूनही काही चुकार कुरळ्या बटा कपाळावर लडीवाळपणे रुळत होत्या. दोन शिपायांनी त्याचे दोन्ही दंड पकडून ठेवले होते. जवळ जवळ शिपायांच्याच पायांनी तो पाय ओढत येत होता. त्याची निडर; पण लाघवी नजर विशेषत्वानं लक्षवेधक होती. ओढत आणून उभे करीत खोजानं युवराज्ञीला कुर्निसात करीत म्हटले, "युवराज्ञी, हा आपला अपराधी आपल्यासमोर आणला आहे... आज्ञा व्हावी." बेडरपणे युवराज्ञीची कमनीय-आरसपानी पाठमोरी तनू न्याहाळणारा बकूळ थक्क झाला होता... युवराज्ञी पाठमोरी राहूनच आपला तापलेला चेहरा निवळण्याचा प्रयत्न करीत होती. ती सर्रकन वळून सामोरी झाली. बकूळ आपल्या हातातील गलोल खाली पडली तरी एकटक तिचे असामान्य सौंदर्य न्याहाळीत राहिला. युवराज्ञीच्या नजरेस नजर न देता जमिनीकडे पाहून बोलायचा रिवाज त्याला ज्ञात नव्हता आणि ज्ञात असता तरी आज त्यानं

पाळला नसता. त्याच्या त्या स्वच्छ नजरेतील सौंदर्यासक्त पूजक भावांनी युवराज्ञीही चमकली असावी. क्षणार्ध... लगेच भानावर येऊन तिने आपले थरथरते ओठ उघडले. त्या सर्वांगसुंदरीला न साजेशा चिरक्या-घोगऱ्या आवाजात तिने खोजाला उद्देशून विचारले, " गुलाब! या व्यक्तीला आपला अपराध मान्य आहे?" अस्वच्छपणे गुलाब बकूळच्या भानावर येण्याकडे पाहत होता; पण बकूळ अजूनही भान विसरून युवराज्ञीच्या चेहऱ्याकडे पाहत होता. गुंगला होता. त्याच्या चेहऱ्यावर एक अधीर-आसक्त, अनुपम रसपान करताना यावा तसा भाव पसरला होता. ते मूर्तिमंत सळसळतं चैतन्य जणू त्याचा प्रत्येक रोम झंकारीत होतं. वल्लरीही निर्भानच झाली होती; पण संतापाच्या तीव्रतेनं! गुलाब, दासी आणि मालविका हे सारे तीव्र भयानं व्याकूळ झाले होते. मालविका वल्लरीला सखी असूनही तिचा आजचा नूर पाहून पुढे धजत नव्हती. वल्लरीने सिंहपुतळ्याच्या आयाळीवरील आपली मूठ सोडली असली तरी शिरा ताठून जाव्यात इतक्या जोरानं रिकामी मूठ वळली होती. थरथरणारा तो देह आता कुठला वडवानळ चेतवील याची धास्ती तेथे पसरून राहिली होती...

"गुलाबऽ!" एक कर्कश साद! गुलाब उभ्या देही थरथरला.

"जी... जी.. राज्ञी" आपल्या कोरड्या पडणाऱ्या घशातून उच्चारून वाकून दुसऱ्या, आज्ञेची प्रतीक्षा करू लागला. वल्लरीने बकूळकडे पाहून विचारले, "या बेगैरत इसमाला आपला अपराध मान्य आहे?"

"नाही राज्ञी. मला माझा अपराध ज्ञातदेखील नाही." गुलाबऐवजी बकूळ उत्तरला." गुलाब, त्याला त्याची गुस्ताख कृती सांग." असे युवराज्ञीने फर्मावताच, गुलाब अजिजीने जी... जी... म्हणत बकूळकडे वळून त्याला त्याच्या दगड भिरकावण्याबद्दल सांगू लागला. बकूळ मात्र अजूनही वल्लरीकडे धीटपणे पाहत होता.

"तुला आता तुझा अपराध ज्ञात झाला. तो तुला मान्य आहे का?"

वल्लरीने किंचित सहज होण्याचा प्रयत्न करीत विचारले. "एका बहिरी ससाण्यापासून गरीब साळुंकीचं जीवन वाचवण्यासाठी गलोलीतून सुटलेला दगड चुकून; हो अगदी चुकून वाटिकेतील तलावात पडला. ही घटना अपराध कशी होऊ शकेल?"

वल्लरीवरील आपली नजर विचलित न करता बकूळ म्हणाला. गयावया करीत आपले प्राण वाचवण्याची भीक मागणारा तरुण आता दिसेल या अपेक्षेने वल्लरी बकूळकडे पाहत होती. अजूनही हातात घट्ट पकडलेली छातीवरच्या धनुष्याची दोरी आणि लट्ट फुगलेले दंड त्याचा निर्भीडपणा अधोरेखित करत होते. गळ्यात आणि उजव्या दंडात बांधलेली काळ्या दोऱ्यातील पत्री पेटी, त्याच्या गळ्याच्या शिरा ताणल्यामुळे प्रत्येक श्वासागणिक मुद्दाम हलवावी तशी गळ्याच्या मध्यावर खाली-वर होत होती. वल्लरीची नजर त्या पेटीवर क्षणार्ध स्थिरावली. ते पेटीचं गमतीदार हलणं पाहून गंमत वाटण्याइतकी ती सहज झाली होती. गुलाबने काही बोलण्यासाठी आपले तोंड उघडले; तोच त्याला हाताने इशारा करीत थांबवले व ती स्वतःच बोलू लागली, "तो दगड आणखी थोडा पुढे येता तर आमचे मस्तक रक्तबंबाळ करू शकत होता. ही कृती तुला अपराध वाटत नाही?" किंचित हसून बकूळ म्हणाला, "युवराज्ञी, तो दगड आणखी थोडा पुढे येऊन आपल्याला रक्तबंबाळ करू शकला नाही. हे आपलं सद्भाग्यच. परंतु तो आपण म्हणता तसा आपल्याला लागला असता तरी मी स्वतःला अपराधी मानलं नसतं. हेतू चांगला असून झालेली कृती जर वाईट परिणाम करणारी ठरली असती तर केवळ दुर्दैव. इतकचं म्हणता आलं असतं... येथे तर दुहेरी भाग्य त्या दगडानं उद्भवलं आहे. तेव्हा अपराधी मानण्याचा प्रश्नच उद्भवत नाही."

क्षणभर थांबून बकूळ एक तृप्तीचा श्वास घेत म्हणाला, "दुहेरी भाग्य हे मी मुद्दाम म्हणालो. एकतर तो दगड आपले मस्तक भंग करू शकलेला नाही; हे भाग्य आणि जो दगड मारण्याच्या कृतीमळे मला या वाटिकेत प्रवेश मिळाला व हे अनुपमेयाद्वितीय सौंदर्य मला माझ्या चक्षूंनी पाहता आलं. परमेश्वरानं स्वकलेला जीव ओतून साकार केलेलं हे चैतन्य न पाहता मरणं व्यर्थ झालं असतं. हा दिव्य अनुभव देणारी माझी कृती माझ्यासाठी एक वरदान ठरली आहे. तेव्हा माझा माझ्या दृष्टीने अपराध नाहीच."

हे सारं बोलून झाल्यावरही बकूल सकौतुक नजरेनं तिचे मुखावलोकन करीत राहिला. गुलाब आणि सर्व दासी स्तंभासारख्या जीव मुठीत धरून उभ्या होत्या. मालविका वल्लरीवर झालेल्या परिणामाचा वेध घेऊ पाहत होती. वल्लरीतील राजकुमारी थोडी सैलावली होती. ते चाणाक्ष मालविकानं ओळखलं होतं. आता

या क्षणी तरी फार काही वाईट घडणार नाही या विश्वासानं चौथऱ्यावर चढून वल्लरीच्या शेजारी उभी राहिली. वल्लरीच्या हृदयात एक तरी तार छेडली जाण्यात बकूळची नितळ नजर कारणीभूत झाली होती.

आता बकूळच्या गालावर एक खट्याळ स्मितरेखा रेखली होती. मिशाच्या तलवारीखाली असलेल्या निरुंद जिवणीतून ती स्मितरेषा धीटपणे वल्लरीच्या नजरेत प्रवेशत होती. हा पहिल्यांदाच येणारा अनुभव चांगला की वाईट, या संभ्रमात वल्लरीला टाकणारा होता.

'हळूहळू वल्लरीतील युवराज्ञी जागी झाली. सैलावलेली तिची मूठ पुनश्च आवळली गेली. नाकाच्या पाळ्या परत एकदा फुलून नाकाची धार आणीदार झाली. आता वल्लरी नव्हे तिच्या नजरेतून तिला तिच्या अबोध मनाला सुखावणारी व दहशत भरल्या गुलाब व दासीच्या नजरेने जागी झालेली केवळ युवराज्ञी बकूळकडे पाहत होती. एक यत्किंचित तरुण आपल्या वाटिकेत येऊन अपराधी असून आपल्याशी बोलण्याची हिंमत करतो, ही गोष्ट तिला असह्य वाटू लागली. मालविका तिच्या देहबोलीतून समजायचे ते समजली. आता तिला काही समजावणे म्हणजे आगीत तेल ओतणे हे मालविका जाणून होती.

"उद्या या गुस्ताख हातांना धडा वेगळे करा." अशी आज्ञा देऊन वल्लरी चौथऱ्यावरून झर्रकन उतरून चालू लागली. तशा सर्वच दासी तिच्या मागे लगबगीनं निघाल्या. बकूळकडे पाहण्यासही त्यांना फुरसत मिळाली नाही. मालविकाने क्षणभर बकूळकडे पाहण्यात घालवला आणि मग स्वतःला ओढत. ती वल्लरीमागे तिच्या कक्षात गेली. संध्याकाळ गर्द होत आली. तांबडे आभाळ जांबळे होत काळवंडत होते. कुठे कुठे आभाळात एखादी तारका आता प्रवेश करू लागली होती. मालविकाच्या उरातही तो अंधार जणू भरू लागला होता. तिची चिकित्सक दृष्टी राजघराण्यातल्या प्रत्येक घटनेमागचा कार्यकारण भाव शोधीत असे. प्रत्येक घटना-घडामोडीचा अन्वय तिला अचूक लागत असे. त्या राजघराण्यातल्या प्रत्येक गोष्टीशी ती. अनिर्वचबंधनांनी बांधलेली होती ती! नव्हे या घरातील प्रत्येक व्यक्तीशी तिचं तादात्म्य असावं किंवा या घरातील घटक असल्याप्रमाणे, प्रत्येक व्यक्तीची जाणीव ही जशी काही तिचीही जाणीव असे आणि म्हणूनच प्रत्येक घटनेच्या परिणामापासूनही ती अलिप्त राहू शकत नसे. न्यायदृष्टी असूनही असमर्थ, बांधिलकीत गुरफटलेली अशी ती राजकुमारीची प्रिय सखी होती

आणि तिची सखी असणं हीदेखील मालविकेची प्रिय अशी बांधिलकीच होती. इतर दासींप्रमाणे 'सुटलो एकदाचे' असे म्हणण्याइतकी ती तुटलेली नव्हती किंवा घटना घडताना थांबवण्याइतकी अधिकारीही नव्हती. फक्त प्रत्येक व्यक्तीशी अदृश्य धाग्यांनी ती बद्ध होती. बस अर्थातच तिची ही अवस्था दुःखदायक होती. न्यायबुद्धी असून न्यायदानाचा किंवा न्याय्य गोष्ट उच्चारण्याचा अधिकार नसणे ही परीक्षा काळातली कातरावस्था ती सर्वकाळ अनुभवित होती.

उद्या बकूळचे हात कलम केले जातील तेव्हा त्याची अवस्था काय होईल? त्या अवस्थेचं कारण खरंच इतकं भयानक आहे का? एका निर्भीड तरुणाला अपंग करून असं कोणतं सार्थक होणार? वल्लरीच्या उरात खरंच हृदय नाही का? वल्लरी ही केवळ युवराज्ञीच आहे. या गोष्टी तिने कधी जाग्याच होऊ दिल्या नाहीत. हाडामासाच्या माणसाचे. करारी-हेकट, दुराग्रही युवराज्ञी कधी वल्लरीला भान येऊ देत नाही. केस कापून विरूप केलेली पद्मजा, उत्तरीयाविना फिरणारी अन् लज्जेनं मरून जाणारी निरजा या दासीची आठवण होऊन मालविका कळवळत होती. असह्य ताण येऊन ती वल्लरीच्या पडद्याला धरून चाचपडत होती...

भल्या पहाटे मालविकाचे पांघरूण खेचत वल्लरीने तिला उठवले, "मालविका, ऊठ गं. मला असं काय होतंय? मालविका ऊठ ना!"

मालविका गडबडून उठून बसली. म्हणाली, "काय... काय झालं वल्लरी?"

"मला झोप येत नाही. काही तरी सलतंय. काही चुकले का मी?"

"................"

"मालविका, सांग ना मी चुकले का?"

"खरं सांगू की खोटं?"

"काय मालविका! अर्थात खरंच सांग."

"होय."

"काय? काय चुकले गं मी? त्यानं हिंमतच का करावी वाटिकेत दगड फेकायची..."

"पक्ष्याला वाचवण्याची म्हण वल्लरी!"

"तेच ते. बरं तो चूक मान्य करीत नाही. उलट त्याचा फायदा किती हे सांगतो आणि तेही माझ्यासमोर?"

"होय. राजकुमारीसमोर!"

मालविकाच्या किंचित उपहासगर्भ वाक्यानंतर कोणीच काही बोललं नाही. वल्लरी अस्वस्थ होती. आपल्यातल्या आंतरिक भावनाचं प्रदर्शन हे 'राजकुमारीला' न साजेसं वर्तन अशी तिची ठाम समजूत होती. थोड्या वेळानं वल्लरीनं मालविकाच्या खांद्यावर हात ठेवला आणि तिला विचारलं", मालविका, खरंच माझं काही चुकलं का?" यावर मालविका थोडी धीटाईनं म्हणाली,

"अगोदर सांगा युवराज्ञी, बकूळ असा किती चुकला?"

"............."

बकूळला तुमच्यातली सदैव सजग असलेली राजकुमारी दिसलीच नाही. त्याला दिसलेलं सुंदर शिल्प त्याला दिसलेली एक दुर्मीळ गोष्ट होती. एका पारखी पण दरबारी रिवाज ज्ञात नसलेल्या एक रसिकाची ती उत्कट प्रतिक्रिया होती. एका तरुण रसिकाची निर्भीड. निर्लिप्त प्रतिक्रिया त्याचे हात घेऊन जाणारी ठरेल असे त्या सामान्य माणसाच्या स्वप्नीही नसेल."

त्यानंतर उरलेली पूर्ण रात्र मात्र वल्लरीने जागून काढली. खूप विचारांती बकूळचे हात नको तुटायला या निर्णयावर ती स्थिर झाली आणि त्या क्षणापासून मनातला कोलाहलही शांत झाला.

केसांना धुपवित वल्लरी शांत पहुडली होती. तेवढ्यात रुद्रधर युवराज्ञीचे दर्शन इच्छित असून तो बाहेर प्रतीक्षेत आहे असे सांगण्यासाठी मालविका कक्षात प्रवेशली. वल्लरीने रुद्रधराला अनुज्ञा दिली; प्रवेशून रुद्रधर कुर्निसात करीत म्हणाला, "युवराज्ञीचा विजय असो. युवराज्ञी, आज उदयिनीनगरीचे राजे भानुशाली व राजपुत्र तेजभास्कर येत असल्यामुळे महाराजांनी उद्याच्या दरबारात आरोपींना येथे तीन दिवस न्यायदान, सजा वा निवाड्यासाठी स्थगिती दिली आहे. त्यामुळे आपण दिलेल्या सजेची त्या तरुणाच्या हात कलम करण्याच्या सजेची तामिली येते तीन दिवस होऊ शकणार नाही. ही वर्दी आपणास देण्यासाठी मला पाठवले आहे."

आपला आनंद लपविण्याचा प्रयत्न करीत तिने "ठीक आहे!" म्हटले. मालविका तिच्या चेहऱ्यावरील प्रत्येक रेषा आजही बारकाईने पाहत होती. रुद्रधर निघून जाताच मालविकेने वल्लरीकडे हसून पाहिले. वल्लरीने मालविकाला विचारले, "एकदा दिलेली सजा रद्द करण्यासाठी काय करता येईल मालविका?" थोडं विचारात गढत मालविका म्हणाली,

"आता दिली गेली ती सजा दरबारात चर्चेसाठी जाईल. का-कशासाठी, वगैरे. अर्थात सजा युवराज्ञीने दिली म्हटल्यावर चौकशी जुजबीच असणार..."

"पण आता काय करता येईल?"

प्रकरण दरबारापर्यंत न जाईल याची व्यवस्था करावी लागेल... बकूळला मुक्त केले पाहिजे. मगच काही करणे शक्य होईल."

थोडं थांबून मालविका विचार करू लागली. तिच्या मनातले सुप्त मनसुभे साकार होत होते. ती पुढे म्हणाली,

आज अनायसे. उदयिनीचे राजे आणि राजपुत्र यांच्या स्वागताचाच दरबारात समारंभ असणार आहे. खेरीज एका शुभ कार्यासाठी आलेल्या पाहुण्यांच्या आगमनाच्या दिवशी देहदंडात्मक शिक्षांचा अपशकुन नको याचसाठी आज दरबारात निवाडा न्यायदान ठेवणार नाहीत."

"कुठले शुभकार्य म्हणालीस?" वल्लरीने संभ्रमाने विचारले,

"युवराज्ञीच्या विवाहासंदर्भात या राजपुत्राचे आगमन झाले आहे, युवराज्ञी!"

"आमच्या? आताच... आम्हाला याची काहीच कशी कल्पना नाही?"

"..............."

"नाही. नाही. आम्ही... शक्य नाही."

"विवाह हा विषयच आपल्या चिंतनाचा अद्याप झालेला नाही; पण ही महत्त्वाची घटना असणार आहे. आपले आयुष्यच आता कुणाशी तरी समरूप होणार आहे..."

वल्लरी पुरती गोंधळून गेली... वैशाखातल्या त्या चांदण्या रात्री क्षणभरही झोपू शकली नाही वल्लरी. पहाटे तिने मालविकेला उठवून आपल्या मागे येण्याची खूण केली. गोंधळलेल्या मालविकेला काही बोधच होईना. झरझर चालणाऱ्या वल्लरीमागे तीही वेगाने निघाली.

वाटिकेच्या दक्षिणेला असलेली कारा गंभीर शांतीसारखी आणि उदास वाटत होती. मधूनमधून उठणारे पहारेकऱ्यांचे आवाज सोडले, तर तिथली ही शांतता प्रेताच्या चेहऱ्यावरच्या शांततेसारखी थंड उदास वाटत होती. शर्वरी व तिच्या मागोमाग येणारी मालविका यांच्या चाहुलीनं सावध झालेला पहारेदार पलित्याच्या उजेडात त्यांना ओळखण्याचा प्रयत्न करू लागला. खुद्द युवराज्ञीला पाहून गडबडला. आश्चर्याने तो अदमास घेऊ पाहत होता; पण त्याला अवधी

न देताच वल्लरीने दरवाजा उघडण्याचा इशारा केला. पडलेला प्रश्न गिळीतच त्याने कारेचा दरवाजा उघडला. आतले दालन ओलांडून वल्लरी आत गेली. मालविकाही हे काय होत आहे, याचा विचार करीत तिच्यामागून आत गेली.

अंधारात पडून राहिलेला बकूल चाहुलीने सावध होऊन अदमास घेत जागेवरच उठून उभा राहिला. मागोमाग आलेल्या पहारेदाराच्या पलित्याचा उजेड त्याच्या अंधाराला सरावल्या डोळ्यांना खूप मोठा वाटू लागला. युवराज्ञीच्या मागे प्रकाश पडल्याने तिच्या मोठ्या झालेल्या सावलीत बकूल झाकून गेला. तो धडपडत दरवाजाच्या गजापर्यंत पोहोचला. युवराज्ञीला पाहून त्याही अवस्थेत तो हसला. थोडा वेळ शांततेत गेला. त्या गंभीर शांतीच्या तलावात वल्लरीच्या शब्दांचे तरंग उठले.

"बकूल, तुझा अपराध दरबारात चर्चिला जाण्यापूर्वीच तुला मुक्त करीत आहोत. तेव्हा पहाट होण्यापूर्वीच तू येथून निघ. वाट्टेल त्या दिशेला जा. तुझ्या अपराधास आम्ही क्षमा केली आहे."

युवराज्ञीच्या अपेक्षेचा भंग करीत बकूल ठामपणे म्हणाला नाही युवराज्ञी, आपल्या कृपेचा मी आदर करतो. मी अपराध्यासारखं या कैदेतून... होय तुमच्या मदतीनेसुद्धा पलायन करणे मला पटत नाही. एका निरपराध्यानं आपले निर्दोषत्व सिद्ध न करता असे निघून जाणे म्हणजे एक अपराध करणे; असे होणार नाही काय?"

"उद्या तुझ्या धडापासून तुझे हात वेगळे होतील ते पाहण्यापेक्षा आम्ही दिलेल्या सजेतून आम्हीच तुला मुक्त करीत आहोत. तेव्हा तू जाणंच तुझ्या हिताचं आहे."

"नाही युवराज्ञी, एका आरोपातून सुटण्यासाठी एका अपराधाची मदत घेणे ही गोष्ट कुणाच्याच हिताची अथवा उचितही असू शकत नाही... आणि मी असे केलेच तर माझ्यावरील आरोप हा माझा अपराध होता हे सिद्ध होईल... तेव्हा हे शक्य नाही."

आपली आज्ञा न ऐकता हा आपल्यालाच चीत करीत आहे या जाणिवेने संभ्रमित होऊन,

"मर्जी तुझी..!" असे म्हणून ती मालविकासह परत गेली. वल्लरीबरोबर गेलेल्या पलित्यामागे पुन्हा अंधार विस्तारत गेला. त्या अंधारात बकूल दिसेनासा

झाला. संध्याकाळी कातर प्रहरात वल्लरीने दासींचा ताफा इशाऱ्याने थांबवित मालविकेसह राजवाटिकेत प्रवेश केला. सरोवराच्या काठावर बसून ती मालविकेला म्हणाली,

"राजपुत्र तेजभास्करांना तू पाहिलंस?"

"होय. आज जेवणवेळेत..!"

"कसे वाटले?"

"............."

"बोल ना मालविका. आम्ही तुला विचारतो आहोत."

"अं... कुठली तरी अभिलाषा..."

"कुठली तरी नाही मालविका, आमची... आमच्या सौंदर्याची.... देहाची अभिलाषा सांडतेय त्यांच्या नजरेतून..."

तेजभास्करांची चर्या आठवून वल्लरी पुढे म्हणाली,

"का ते कळत नाही मालविका, पण... पण काहीतरी बदलतोय आम्ही. नवा दृष्टिकोन मिळतो आहे आम्हाला आणि का कुणास ठाऊक; आमचं मन तेजभास्कर आणि बकूलची तुलना करत आहे... आम्ही.. गोंधळलो आहोत. या बदलाला इष्ट म्हणायचे की, आम्ही काही तरी वेडेपणात विचार करतो आहोत हा संभ्रम वाटतोय. त्याहूनही अधिक गोंधळ तर हा आहे की, बकूळ आमच्या मनातून का जात नाही. त्याची... एका क्षुल्लक युवकाची तुलना राजपुत्र तेजभास्करशी करताना बकूळला उजवे ठरवण्याचा आमच्या मानसिकतेला काय झाले आहे? काय म्हणावे?... काहीतरी न सांगण्यासाखं सांगून गेल्यावर ओशाळावं तसं ओशाळून अधोमुख झालेली वल्लरी निरागस तरुणीसारखी सुंदर आणि लाजरी दिसत होती. खूप विचारांचा कल्लोळ तिच्या मनात चालला असावा. मालविका तिची प्रत्येक हालचाल टिपीत होती. तिच्या देहबोलीवर, शब्दावर मालविका सावधपणे लक्ष केंद्रित करून होती. आतल्या आत सुखावत होती. आपण काही चुकलो तर नाही ना! या शंकेने व्याकूळ झालेल्या वल्लरीकडे आशेने पाहू लागली.

"बकूळ आणि राजकुमार तेजभास्कर यांची तुलना तर का कोण जाणे मीही करते आहे. अभय द्यावे ही विनंती करून स्पष्ट बोलते- एकाची नजर सौंदर्यपूजक तर एकाची सौंदर्यभक्षक वाटते. अर्पितस्थानी सुरक्षित कवचातले मुत्सद्दीरसिक वाटतात युवराज..." आपण हे काय बोलून गेलो? उद्या या वल्लरीचं त्यांच्याशी लग्न झालं तर..? या विचारासरशी स्वतःला थांबवत ती म्हणाली,

"राजकुमारी, मी निर्भानपणे काही तरी बोलून गेले. मला क्षमा करा. मी विसरून गेले की कदाचित उद्या राजकुमार तेजभास्कर आपले परमप्रिय स्वामीही होतील आणि मी... मी... काय वेड्यासारखं बोलून गेले हे! मला... मला क्षमा कर वल्लरी, प्रिय सखी म्हणून क्षमा कर..."

"नाही मालविका, माझ्याही मनात हीच तुलना होती आणि भीतीसुद्धा! पण... एक संभ्रम आहे. मी चुकते आहे का? बकूळच्या भोवती असे स्वतःला का बांधून घेते आहे मी? हे प्रश्न मला त्रास देत आहेत."

मग थोडी निर्धास्त होत मालविका म्हणाली,

"वल्लरी तुझी सखी म्हणून बोलते. काही चूक वाटली तर विसरून जा; पण युवराज-युवराज्ञी, राजा-महाराणी ही सगळी माणसेच ना? अशा मोठ्या पदावर असले म्हणून का त्यांच्या रक्ताचा रंग बदलतो? की अवयवांची कामे बदलतात? तूही 'राजकुमारी'चं वलय-कवच सोडलंस तर तूही एक स्त्री-तरुणी आहेस. प्रेमातुरता हा तारुण्यसुलभ भाव तुझ्यातही आहेच ना? या भिंतीएवढ्या उंच आणि अभेद्य का असतात?"

"मालविका मला कळत नाही गं... मी काय करावं?"

"मी अगदी मनात ठेववत नाही म्हणून बोलतेय... वल्लरी, तुझं प्रत्येक स्पंदन मी जाणून आहे आणि म्हणून तुझी पुढची कृती काय असेल याचा अचूक अंदाज मला येतो. तुझ्या मनावर उठणारा प्रत्येक तरंग मला ज्ञात असतो... तू... तू... बकूळच्या..."

इतक्यात एक दासी, राजपुत्र तेजभास्कर आणि महाराज वाटिकेत येत असल्याची वर्दी द्यायला आली. तिचे सांगणे पूर्ण होत असतानाच ते दोघेही वाटिकेत प्रवेशकर्ते झाले. देशोदेशींच्या विविध फुलांच्या जाती पाहून युवराज भारावले होते. वल्लरी व तेजभास्करांची नजरानजर होताच तेजभास्कर हसले. वल्लरी घाईने जाण्याकरता बसली. तेवढ्यात महाराजांनी तिला थांबवीत म्हटले. "वल्लरी, तुझी आवडती वाटिका युवराजांना आवडली बरं का!" यावर थोडंस हसून युवराज्ञी भराभर चालत निघाली. मालविका स्वतःशी हसत होती; पण तिची जबाबदारी तिला आता बऱ्याच गोष्टींची साक्षीदार बनवत होती. वल्लरी सामान्य माणसाळत होती. ही गोष्ट या क्षणी तरी वल्लरीला आनंददायी वाटत होती. "करारी, हट्टी-दुराग्रही राजकन्या" या मुखवट्याखाली एक हृदयशून्य-संवेदनशून्य व्यक्तित्व विकसित झालं होतं. बकूळच्या स्पष्टतेच्या निर्भीड वर्तनानं

राग जागवून का होईना; पण एक जाणीव तिच्यात निर्माण झाली... शक्य आहे की, एखादा प्रेमांकुरही तेथे फुटला असेल! या विचारांनी स्वतःशीच हसली. विकेशा झालेली पद्मजा, उत्तरीयाविणा आत्महत्येस सामोरी जाणारी निरजा, असे वल्लरीच्या रागानं ओढवलेले प्रसंग आठवून ती शहारत होती.

रात्री खूप उशिरापर्यंत दोन्ही सख्या बऱ्याच गोष्टी करीत होत्या. मगाशी वाटिकेत राहून गेलेला प्रश्न मालविकेने वल्लरीला आता विचारला;

"वल्लरी तू बकूळमुळे प्रभावित झालीस की... की राजकुमारी वल्लरी बकूळच्या प्रेमात पडली?..."

वल्लरी थोडा वेळ मूक राहिली. मग म्हणाली,

" बहुधा हो. होच! त्याचं माझ्या मनातून एक क्षणही न जाणं. कदाचित हे प्रेमच असेल. मला... मला... बकूळ हवा आहे बहुतेक..."

"वल्लरी, मला आनंद होतो आहे की, तू या भावना जाग्या होऊ देते आहेस. पण... पण हे कसं शक्य आहे? खरं तर तेजभास्करांनी तुझ्या पाणिग्रहणास संमती दिली आहे. उद्या उद्भवणाऱ्या अनेक अनर्थांना तुझं हे माणूसपण जाणं होणं कारणीभूत ठरेल. वल्लरी, मला वाटतं या बाबतीत एक 'युवराज्ञी' 'शाकंभ राजकन्या' म्हणून तू पुन्हा विचार केला पाहिजेस." "पण ओढ, आसक्ती, प्रेम या गोष्टी मनाच्या तळातूनच येतात असं तूच म्हणालीस ना? कुठलाही राजा-युवराज-युवराज्ञी या रूपातील व्यक्ती आधी जिवंत मनाची माणसेच असतात ना? मला माझीच ओळख करून देणारा बकूळ मला हवाच आहे आणि-तो मी... मिळवेन."

मालविका या ठाम उद्गारांनी अनामिक भीतीनं गंभीर झाली. उद्याचा अनर्थ तिला दिसत होता. आता तिची घालमेल अधिक जीवघेणी झाली. बकूळचे हात वाचविण्याची तिची धडपड सफल होत होती, तर राजा-राणी-राज्य आणि खुद्द वल्लरी यांच्या जीवनाला संकटात घालूनच हे सारं होईल का, या शंकेन ती थरथरली. आता नक्की काय होईल याचा अंदाज घेणं कठीण झालं. वल्लरीचा हट्टी स्वभाव... आणि काय होईल आता? वल्लरीतली राजकन्या आपली मनस्विता जपण्यासाठी वापरणार हे तर नक्कीच. उलटसुलट विचारांचे अनेक प्रश्न तिच्याभोवती रात्रभर काळी वर्तुळं बनवित राहिले.

❀❀❀

महाराजांच्या सुखमहालात वल्लरी येत असल्याची वर्दी येताच महाराजांच्या
ओठावर स्मित साकारले. वल्लरीचा जन्म म्हणजे जणू जीवनाचं सार्थक झालं
होतं. ही एकुलती कन्या! राजकन्या! उद्या युवराज तेजभास्करांची अर्धांगिनी
बनेल, या कल्पनेने ते सुखावत होते. महाराणीचेही डोळे भरून येत होते.
कन्याविरहाच्या कल्पनेनेच त्यांचे काळीज कापत होते.

संथ पावले टाकीत येणारी वल्लरी व्यग्र-चिंतित दिसत होती. तिचं हल्ली
सुखमहालात असं येणं क्वचितच होत असे. तात-मातेचे चरण स्पर्शून ती
मंचकाशेजारच्या आसनावर बसली. तिच्या वर्धित सौंदर्याची मनोमन दखल घेत
महाराज तिला म्हणाले, ''वल्ली, काय काम काढलं बाळ?''

''...............''

वल्लरी किंचित हसून गप्प झाली. महाराजांशी बोलण्यासाठी शब्द शोधत
होती. क्षणार्ध थांबून महाराज पुन्हा म्हणाले,

''महाराणी, वल्ली आता उदयिनीची सम्राज्ञी होणार आहे, हे तिला सांगितलंत?''

महाराणींनी हसून वल्लरीकडे पाहिलं. वल्लरीची खिन्न व्यग्रता त्यांच्या लक्षात
येऊ लागली होती. विवाहाच्या बातमीनं, विरहाच्या कल्पनेनं ती असावी असं
वाटून त्या म्हणाल्या,

''वल्ली, बोल ना बेटा, अशी अस्वस्थ का आहेस?''

वल्लरीने पित्याकडे पाहिले, टोप काढून ठेवल्यामुळे महाराज आता एक
वत्सल पिता दिसत होते. त्यांच्या चेहऱ्यावर एक समाधान विलसत होतं. ते
पाहून वल्लरीच्या मनावरचं दडपण जरा कमी झालं. क्षणभर थांबून तिनं विचारलं,

''तात, आज कारावासात असलेल्या बकूळबद्दल तुम्हाला काही कळालं?''

''नाही. का? काय झालं?''

''तात, आम्ही त्याला हात कलम करण्याची सजा दिली होती. काल सर्वच
दरबारी निवाडे थांबवल्यामुळे त्याचे हात वाचले.''

''त्याचा अपराध ऐकून उद्या दरबारात काय ते ठरवले जाईल; पण हे तू का
विचारित आहेस?''

यावर आपल्या पायाच्या अंगठ्याला दुमडून खालमानेनं ती म्हणाली,

''तात, क्षमा असावी; पण आमची चूक उमजून रात्री आम्ही त्याला मुक्त
करण्यासाठी प्रत्यक्ष गेलो होतो; पण तो मुक्त झाला नाही. त्याचा अपराध

त्याला मान्यच नव्हता. ते खरेही होते; पण आम्ही आमची चूक सुधारून त्यास मुक्त करू इच्छित होतो; पण न केलेल्या अपराधाच्या आरोपातून निरपराधित्व सिद्ध न होता मुक्ती कसली? असे पळून जाणे म्हणजे निरपराधी असून अपराधी असल्याचेच सिद्ध होईल. म्हणून तो गेला नाही."

"अच्छा! पण अपराध काय होता त्याचा?" यावर वल्लरीने वाटिकेतील हकिकत साद्यंत वर्णिली, तेव्हा महाराजांच्या तोंडून शब्द बाहेर पडले, "निधडा दिसतो तरुण! त्याला माफ केले जाईल."

पण सजा फर्मावताना विचार नको का करायला, वल्लरी? या आधीही... असं खूपदा झालंय बेटा...

"मी खूप विचार केला. खरं तर पहिल्यांदाच विचार केला आणि खूप विचारांतीच मी विनंती करते आहे की... माफ करा तात.... माते; पण मला पती म्हणून तेजभास्कर नव्हे तर बकूळ हवा आहे."

मंचकावर पहुडलेले महाराज ताड्कन बसते झाले. चेहऱ्यावर संताप ओसंडत होता. महाराणी थरथरु लागल्या.

"खबरदार एक शब्द उच्चारलास तर... आम्ही राजपुत्र तेजभास्कर यांना तुमचा पती म्हणून नियोजिला आहे. याक्षणी आमच्या हातून काही वावगे व्हायच्या आत येथून चालती हो. एक शब्दही आम्हाला आता ऐकायचा नाही."

वल्लरी शांतपणे उभी राहिली. आपला आवाज संयम ठेवीत कमालीच्या थंडपणे ती म्हणाली,

"आई, तात, मला बकूळशीच विवाह करायचा आहे. राज्य-राज्ञी-सम्राज्ञी या प्रलोभनात आणि बंधनातही मला अडकयाचे नाही... मीही तुमचीच कन्या आहे. मला माझ्या निर्णयात बदल करायचा नाही." असे ठामपणे बोलून वल्लरी कक्षाबाहेर वेगाने निघून गेली.

"वल्लरी थांब, हे होणे नाही."

असे महाराजांचे शब्द पाठीवर घेत ती बाहेर पडली होती.

फुगलेल्या नाकपुड्या, वळालेल्या मुठी अन् वल्लरीची थरथरणारी काया पाहून बाहेर थांबलेल्या मालविकेला काय झाले असेल याची कल्पना येऊन ती अधिकच धास्तावून गेली.

वल्लरीने मालविकाला उठवून अर्ध्या रात्री स्वतःमागे येण्याची खूण केली. मालविकाही संमोहित झाल्यासारखी तिच्या मागोमाग चालत राहिली. कारागृहाच्या गजामागे बकूल उभा राहताच वल्लरीने बोलायला सुरुवात केली.

"बकूळ, मला तुझ्याशी विवाहबद्ध व्हायचे आहे. चल या क्षणी आपण या राज्याच्या सीमा पार करून निघून जाऊ."

"काय? काय बोलता आहात युवराज्ञी! हे... हे अशोभनीय आहे." नाही, बकूळ मी याक्षणी मी कुणी युवराज्ञी नाही. मला तुझ्याशी विवाहबद्ध व्हायचं आहे, बस्स."

"मी संभ्रमित झालो आहे युवराज्ञी. ही... ही... गोष्ट कुठल्याच तऱ्हेने योग्य नाही. हे सगळं इतकं अनपेक्षित आणि अनाकलनीय होतं आहे. छे... नाही. हा एवढा मोठा प्रमाद आपल्या हातून घडणं हे केवढ दुर्दैव असेल?"

"का? तुला माझ्याबद्दल कुठलंच आकर्षण वाटत नाही का?"

"आकर्षण? युवराज्ञी, आपल्या सौंदर्याची त्रिखंडात तुलना होऊ शकेल का? पण केवळ सौंदर्याकर्षण हे विवाहाचं कारण कसं असू शकेल?"

"............"

"युवराज्ञी, एका राजाच्या राज्यात असं काही घडणं हे त्या संपूर्ण राज्याचं दुर्दैव ठरेल."

"का? राक्षसविवाह तर देवादिकातही झालेच ना? आणि राजा-राणी-युवराज्ञी ही माणसे नाहीत का?"

"क्षमा करा युवराज्ञी; पण राजाचे वैयक्तिक जीवन हे नेहमी दुय्यम असते. राजाची प्रत्येक कृती ही पूर्ण राज्याच्या प्रजेसाठी आदर्श ठेवणारी असते... आपली वैयक्तिक रुची... प्रेम... आकर्षण या गोष्टी राजासाठी... आणि राजपुत्र-युवराज्ञीसाठीही दुय्यमच असायला हव्या.

आणि म्हणूनच... आपण असं मोहासाठी पळून जाऊन विवाह करणं ही खुद्द महाराजांसाठी केवढी दुःखदायक आणि नामुश्मीची घटना ठरेल! मी या गोष्टीसाठी कदापि तयार होणार नाही."

"माझा अपमान होतोय असं नाही वाटत तुला?"

"क्षमा करा युवराज्ञी; पण या विचारांपासून परावृत्त व्हा!"

"हं! मला अव्हेरण्याचं हे एवढं मोठं दुःख तू मला देत आहेस, याची कल्पना तुला नाही. हा घोर अपमान आम्ही का सहन करतो आहोत हे आम्हालाच कळत नाही. आम्ही... आम्ही हे सहणं... आणि विस्मरणं.. दोन्ही अवघडं आहे... येतो आम्ही."

आपले भरले डोळे लपवीत वल्लरी वळली. तेव्हा बकूल पुटपुटला, "मला... मला क्षमा करा युवराज्ञी!" इतका वेळ स्वतःला विसरलेली मालविका भानावर आली. अतिशय गोंधल्यामुळे ती एकदा बकूलकडे तर एकदा वल्लरीकडे पाहत अडखळत वल्लरीमागे चालू लागली.

रात्रभर वल्लरी झोपलीच नाही. अगदी पहाटे कधीतरी तिचा डोळा लागला असावा.

मालविकाच्या घाबऱ्या हाकेने ती जागी झाली. मालविका तिला काही विचित्र हातवारे करीत सांगण्याचा प्रयत्न करीत होती. तिच्या तुटक शब्दातून वल्लरीला संगती लागली की, क्षणात तिची झोप उडाली. आपले विस्कटलेले केस, गळून पडलेलं उत्तरीय याचे कसलेच भान तिला उरले नाही. ती वेगाने पळतच राजवाड्याच्या मागच्या अश्वशाळेत आली. काही कळायच्या आत शुभ्र अश्व तिच्यासह वेगाने कंकाळकड्याकडे निघाला. नुकताच उगवत असलेला सूर्य पूर्वेला तांबडी करून वर चढत होता. घोडा-वल्लरी आणि पहाटवारासुद्धा बेभान झाले होते. कंकाळकड्याचा डोंगर चढताना वल्लरीला प्रत्येक क्षण मोठा-मोठा होत आहे असे वाटू लागले. घोड्याच्या तोंडातून फेस येत होता. वल्लरीचे वस्त्र अनेक ठिकाणी फाटून गेले होते. अनेक काटेरी झुडपांनी वल्लरी आणि घोड्याचे अंग ओरबडले होते. कडेलोटाच्या कड्यावरून एक थंड शांती अंगावर आल्यासारखी एक झुळूक तिला स्पर्शून गेली. आता कंकाळ्याच्या डोंगराच्या त्या अवघड चढावरून वरती घोडा येणं शक्य नव्हतं. म्हणून तिने पायी चालण्यास; नव्हे त्या चढावरून आटोकाट प्रयत्नाने पळण्यास सुरुवात केली. दुसरा चौथरा ओलांडून पायऱ्यांवरून ती निमुळत्या कपारीतून वर पळत होती. कडेलोटाचा कडा दहा-वीस पावलांवर आला होता. पण... बकूळचे बांधलेले शरीर कड्याचे कडेलोटाचे टोक यातले अंतर संपले होते. देठातून प्राणपणाने "थांबाऽऽ" ही वल्लरीची हाक ध्वनीशिवाय-शब्दाशिवाय बाहेर पडून वाऱ्यावर विरत होती. नरड्याच्या शिरा आता ताणून तुटतील की काय, असे वाटत होते. वल्लरीचे शरीरही आता स्थिर उभे होते. क्षणकाल डोळे आणि हात बांधलेल्या बकूळला कड्यावरून

ढकलले. क्षणभर डोळे मिटून ते तिन्ही सैनिक स्थिर उभे राहिले. घळीतून अनेक पक्षी फडफडत वरती आले. कर्कश चित्कार करीत घिरट्या घालू लागले. सैनिक आकाशाकडे हात जोडून परत फिरले. तेव्हा जिवाच्या आकांताने ओरडण्याचा प्रयत्न करणारी वल्लरी उघड्या तोंडानेच कोसळली..!

वल्लरीच्या महालाचे पडदे उदास हलत होते. पहाटेच्या थंडीत महालाबाहेर शून्यात नजर लावून पुतळ्यासारखी मालविका उभी होती. राजकुमारीच्या मंचकाजवळ महाराज आणि महाराणी श्वास रोखून वल्लरीच्या शुद्धीवर येण्याची वाट पाहत होते. वल्लरीची मान किंचित हलली. साऱ्यांनीच श्वास रोखून धरले. आपले डोळे उघडून जणू वल्लरी कुणाला शोधू पाहत होती. क्षणभरात स्वतःची नजर महालभर भिरभिरवून एक किंकाळी वल्लरीने फोडली. मात्र, या तोंडाच्या हालचालीची जाणीवच केवळ सर्वांना झाली. तिच्या किंकाळीला आवाज नव्हता!

वैद्यांनी पुन्हा बेशुद्ध झालेल्या वल्लरीची नाडी पाहिली. काही तरी औषध तिला चाटवून त्यांनी वाट पाहिली. वल्लरीचे डोळे डघडले होते; पण आता त्या डोळ्यात कुठलाच जिवंतपणा नव्हता. तिच्या सर्व जाणिवा बधिर झाल्या. वैद्याच्या हातातला तिचा हात निसटला. आपली थरथरणारी मान खाली घालून वैद्य उभे राहिले. सर्वांच्या प्रश्नार्थक नजरा त्यांच्यावर खिळल्या. त्यांनी एक मोठा श्वास घेऊन मोठ्या प्रयत्नांनी उच्चारले -

"आता युवराज्ञी आपला कुठलाच अवयव स्वतः हलवू शकणार नाहीत. त्यांचे शरीर जिवंत असले तरी त्यांची सारी चेतना-संवेदना संपली आहे.

वैद्यांचे शब्द महालाच्या प्रत्येक भिंतीवर आदळून प्रतिध्वनित होत राहिले... वारंवार..!